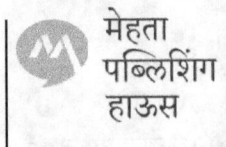
मेहता
पब्लिशिंग
हाऊस

व्यंकटेश माडगूळकर

। पा । रि । तो । षि । क ।

प्रकाशनकाल
पहिली आवृत्ती : १९८२
दुसरी आवृत्ती : १९९६
तिसरी आवृत्ती : २६ जानेवारी, २००८
मेहता पब्लिशिंग हाऊस यांची
चौथी आवृत्ती : मे, २०१२
पुनर्मुद्रण : डिसेंबर, २०१३

मुखपृष्ठ व मांडणी
चंद्रमोहन कुलकर्णी
मुखपृष्ठावरील लेखकाचे छायाचित्र
शेखर गोडबोले

PARITOSHIK
by VYANKATESH MADGULKAR
। **पारितोषिक** । कथासंग्रह ।
व्यंकटेश माडगूळकर

प्रकाशक
सुनील अनिल मेहता
मेहता पब्लिशिंग हाऊस,
१९४१, सदाशिव पेठ,
माडीवाले कॉलनी, पुणे - ३०.

अक्षरजुळणी
इफेक्ट्स
२१/६ब, आयडिअल कॉलनी,
कोथरूड, पुणे - ३८.

ISBN 978-81-8498-365-4

। मराठी कथा : एक प्रकट चिंतन ।

बंधू- भगिनींनो,

गोमंतकाच्या ह्या निसर्गरम्य भूमीत येऊन आपल्यासारख्या रसिकांशी संवाद करण्याची संधी आपण मला दिलीत, ह्याबद्दल मी आपला फार-फार ऋणी आहे.

गोमंतक ही कलावंतांची भूमी आहे. ह्या एवढ्याशा गोमंतकानं महाराष्ट्राच्या सांस्कृतिक जीवनाला स्वर पुरवलेत, मंत्रमुग्ध करणारे शब्द पुरवलेत, रंग पुरवलेत, अभिनय पुरवला आहे.

गोमंतक म्हटले की, लताबाईंचे धुंद स्वर आठवतात. कविवर्य बोरकरांची मन ओलेचिंब करणारी कविता आठवते, दलालांची आनंदमग्न करणारी चित्रं आठवतात.

ग्रामीण जीवनाविषयीच्या वाङ्मयीन जाणिवा मराठी साहित्यात पहिल्यांदा आणणारे वि. स. सुखटणकर, लक्ष्मणराव सरदेसाई, बा. द. सातोस्कर, महादेवशास्त्री जोशी यांची ही पुण्यभूमी, तिथं मी आज उभा आहे.

रोज सुप्रभाती म्हणायचा एक श्लोक मला इथं उच्चारावासा वाटतो :

समुद्रवसने, देवि, पर्वतस्तनमंडले,
विष्णुपत्नि नमस्तुभ्यं, पादस्पर्शं क्षमस्व मे।

एकात्मतेची अतिशय गरज आहे, अशा ह्या काळात त्या तत्त्वाला विरोधक अशा अनेक घटना घडताना आपण पाहतो आहोत. आज आपण एकत्र कसे येऊ, सुखानं कसे नांदू, हे पाहण्याची विशेष गरज आहे. देहानं दूर असून मनानं जवळ येण्याचा प्रयत्न करणं, यातच एकात्मतेचं यश आहे. साहित्यसंमेलनं कशासाठी भरतात? माणसाचं सारं अस्तित्व म्हणजे भोवतालच्या जगाशी तो प्रस्थापित करीत असलेल्या अनेकविध संबंधांची एक मालिका असते. साहित्य म्हणजे मूलतः अशा प्रकारचा एक संबंध. साहित्यसंमेलनासारख्या आनंदमेळ्यात मायभाषेसंबंधीचं प्रेम उजळून निघतं, रसिक वृत्तींचा परिपोष होतो आणि वाङ्मयीन व्यवहाराशी असलेला संबंधही अधिक जिव्हाळ्याचा व जवळचा होतो. आपल्या सांस्कृतिक जीवनातील ती एक महत्त्वपूर्ण घटना असते.

आज इथं भरलेलं संमेलन हे प्रचारात्मक नाही. गेली अनेक वर्षं ते भरत आलेलं आहे आणि पुढंही भरत राहील. कारण इथल्या साहित्यिकांनी आणि कलावंतांनी गोमंतकाची महाराष्ट्राच्या सांस्कृतिक जीवनाशी असलेली एकरूपता शतकानुशतकं पटवून दिलेली आहे.

आज चालू असलेल्या कोकणी-मराठी वादात मला उतरायचं नाही. मी कोणी भाषाशास्त्रज्ञ नाही.

राजकारणापासूनही मी नेहमी दूर राहिलो आहे. मी साहित्यिक आहे; पण माझा आनंद केवळ साहित्यनिर्मितीत नसून इतर साहित्यकृतींचा आस्वाद घेण्यातही आहे. त्याच्याआड माझा प्रदेश, माझी जात, धर्म, भाषा येऊ शकत नाही. कारण साहित्य हे या सर्वांपलीकडचं आहे.

आज मराठीत तिच्या अनेक प्रादेशिक बोलींतून लिहिलेलं साहित्य आपण वाचतो. कित्येकदा ते आपल्याला प्रथम नीटसं कळत नाही. पण लेखक लिहित असतो महाराष्ट्रीय वाचकांसाठी आणि वाचक वाचत असतो; ते आपलं साहित्य म्हणून. मी उद्धव शेळके, आनंद यादव, आ. ना. पेडणेकर, मधु मंगेश कर्णिक यांचं साहित्य वाचतो, त्याप्रमाणे बोरकरांची 'पायजणां'ही वाचतो. त्या वेळी मी साहित्यसृष्टीतील साहित्याचा आनंद घेत असतो. या आनंदाच्या आड येणारे सौम्य भाषिक अडथळे पार करून जाताना मला विशेष उत्साह वाटतो. भेदाची, दूरत्वाची कल्पनादेखील माझ्या मनात येत नाही. असं असताना आजपर्यंतच्या जिव्हाळ्याच्या संबंधांकडे गोमंतक आणि महाराष्ट्र इथली जनता कशी पाठ फिरवू शकेल? शास्त्रज्ञांची गणितं आणि राजकारणी मुत्सद्द्यांची मतमोजणी यांच्या कशी आहारी

जाऊ शकेल? तसं झालं, तर ती राष्ट्रीय जीवनातली, सांस्कृतिक संबंधातली अत्यंत कटु अशी एक शोकांतिका ठरेल. पण असं होणार नाही, असा मला पूर्ण विश्वास आहे. कारण ह्या दोन्ही प्रदेशातल्या लोकांची संस्कृती, सामाजिक जीवन एक आहे. भाषिक भिन्नता महाराष्ट्रात काय थोडी आहे? खानदेशी, वऱ्हाडी, देशी, कोल्हापुरी ह्या काय स्वतंत्र वैशिष्ट्यांशिवायच्या भाषा आहेत? पण सहजीवनाची सवय आणि गरज त्यांना जास्त महत्त्वाची वाटते.

सहजीवन हाच गोमंतक आणि महाराष्ट्र यांच्यातला खरा दुवा आहे.

मित्रहो,

वयाच्या विसाव्या वर्षापासून मी पांढऱ्यावर काळं करतो आहे. प्रामुख्यानं कथावाङ्मय हा साहित्यप्रकार आणि ग्रामजीवन हाच माझा लेखनविषय आहे. त्यामुळं ह्याच विषयावर मी आपल्याशी संवाद केला, तर आपण तो मानून घ्याल, अशी मला आशा आहे. सबंध मराठी साहित्याला कवेत घेईल, एवढी माझी झेप नाही. एखादं लहान पोर जसं मोठ्या घरात वावरताना, कोनाड्यात शिरून आपल्यापुरतं आपलं घर करून घेतं, तसं मी करणार आहे. मराठी लघुकथा एवढ्यापुरतंच माझं कथन मी मर्यादित ठेवणार आहे.

एकोणीसशे बेचाळीस साली नाशिकला साहित्यसंमेलनाच्या अध्यक्षपदावरून बोलताना आचार्य प्रल्हाद केशव अत्रे म्हणाले होते :

'आज समाजात इतके उद्योग, इतके व्यवसाय, इतके धंदे आहेत, त्यांचे पडसाद आमच्या ललित वाङ्मयात का पडू नयेत? शेतकऱ्यांच्या आयुष्यातले, खेडेगावातल्या जीवनाचे किती तरी प्रश्न अजूनही ललित वाङ्मयात आलेले नाहीत, ते का?'

आचार्य अत्रे यांनी असा प्रश्न विचारला आणि त्यानंतर लगेच त्रेचाळीस साली सांगलीच्या साहित्य संमेलनाचे अध्यक्ष श्रीपाद महादेव माटे यांनी एक हात वर करून आदेश दिला की,

'लेखकवर्गाने आपला मोहरा आता घसघशीतपणे समाजाकडे वळवला पाहिजे.'

याच आपल्या अध्यक्षीय भाषणात त्यांनी विचारलं होतं की, 'जुन्या रंगाच्या पद्धती गमावून बसलेल्या; पण नवीन माहिती नसलेल्या एखाद्या रंगाऱ्याची प्रपंचात भांबावलेली वृत्ती आपल्या वाङ्मयात कोठे चित्रित झाली आहे काय?'

एका रंगाऱ्यापाशीच माटे थांबले नव्हते. ते पुढं विचारतात,

'आपल्या जातीचे जातीचे म्हणतात, पण ते सोन्या-माणकांच्या गादीवर बसतात; आणि आपण अजून मेंढ्यांच्या मागे काठी घेऊन तरवंडातून आणि कुसळांतून हिंडतो. ह्यातील विरोध न समजणाऱ्या धनगराची मन:स्थिती आपल्याला

कुठे वाचायला सापडते का?'

धनगरानंतर माटे यांची नजर रामा न्हाव्यावर जाते.

'नवी विद्या शिकल्यावर धोकटी टाकून दिली आणि सर्कल इन्स्पेक्टर झालो. गैरमाहीतगार लोक सावंत... सावंत म्हणत राहिल्यामुळे मराठ्यांत मोडलो, तर मुलीच्या लग्नाच्या वेळी माझ्या बापाच्या धंद्याला घरंदाज मराठे बिचकतात. ह्या गोष्टीचे रामा न्हाव्याला वाटत असलेले 'नवल' कोणी रंगवले आहे काय? यांच्या कविता, लघुकथा, कादंबऱ्या व्हायच्या नाहीत काय?'

मराठी भाषेच्या सुदैवानं श्रीपाद महादेव माटे हे जर आज हयात असते, तर आपण विचारलेल्या प्रश्नाला भरघोस उत्तरं मिळाली आहेत, हे पाहून त्यांच्या हृदयाचा कंद उमलून आला असता.

आज कवितेत धोंड्या न्हावी आला आहे, गणपत वाणी आला आहे. गोलपिठ्यातील चंद्री, इंदी आणि चिमणीही आली आहे.

कथेत उद्धव शेळक्यांची शिंपीण, बोराड्यांचा शिंपी, आनंद यादवांचा शेतमजूर, कुणाचा तेली, कुणाचा तांबोळी, लोहार, चांभार, सुतार, कासार, ह्या सर्वांच्या कथा आणि व्यथा आज साहित्यात आल्या आहेत.

'शिकलेल्या चांभार मुलानं मिळालेली अशिक्षित झिंज्यावाली पोर टाकून दिल्यानं त्याचे आणि तिचे पुढे काय धिंडवडे झाले, ह्याचा हिशेब कुणी वाङ्मय लेखकाने केला आहे काय?' असा सवाल आज माटे मास्तरांनी विचारला नसता. ते सगळे तोंडी हिशेब आणि ती लेखी गणितं मांडली गेली आहेत, जात आहेत, असं त्यांना दिसलं असतं. महाराष्ट्राच्या कानाकोपऱ्यांतून साहित्यनिर्मितीचे झरे आज उमलून येत आहेत आणि अठरापगड जातींची मानाची पानं साहित्यकारांच्या पंगतीतून मांडली जात आहेत, हे पाहून त्यांचे डोळे खचितच निवले असते.

'एका अस्पृष्टाच्या डायरीतील पाने,' ही माट्यांची सुंदर कथा तुम्हाला स्मरते का?

....हरिकथा उभी राहिली आहे.

'जे का रंजले गांजले, त्यांसी म्हणे जो आपुले,' हा अभंग चालू आहे. 'उत्तम' लोकांच्या गर्दीत न मिसळता दूर फोफाट्यात उभा असा तो पिरा, मुद्दाम कोरं लुगडं नेसलेली त्याची अस्तुरी, बिनबाह्याचा फाटका कोट घातलेला लहानगा शिद्या आणि ती चुणचुणीत तानी. कोणी झळकफळक गृहस्थ आले की, लोक म्हणत, ''पिऱ्या, लेका, बाजूला हो! त्यांना लागशील ना!''

हरिदासबोवांनी भाविकपणे नाथमहाराजांची गोष्ट सांगितली. त्यांची कावड काशीहून आली. पुढे ती रामेश्वराला जायची, पण मध्येच तहानेनं व्याकूळ असं एक

गाढव त्यांना आढळलं.

'नाथमहाराज त्या तहानेने व्याकूळ झालेल्या गाढवाच्या तोंडात गंगा ओतते झाले. अरे, गाढवाचा अंतरात्मा माणसाहून काही निराळा का आहे? प्राणिमात्र येथून तेथून एकच आहेत.'

पिरा म्हणतो, ''तानी लहानच, पण तिनं माझ्याकडं साभिप्राय पाहिलं.''

बोवा म्हणाले, ''जे का रंजले गांजले, त्यांसी म्हणे जो आपुले, तोचि साधू ओळखावा, देव तेथेचि जाणावा.''

हरिकथा संपली.

'रामराम, रामराम, सीताराम, सीताराम'चा धडाका सुरू होता. पोरं खांद्यांवर टाकून पिरा आणि त्याची अस्तुरी घराकडे निघाली. वाटेत तानी म्हणाली, ''बाबा, त्या गाढवाच्या पोराला बामनानं पानी पाजलं आन् आपल्याला गावच्या हेळावर का वं पानी भरू देत न्हाइती?''

पिरा म्हणाला, ''अगं, मी काय सांगू? आपला शिदा मोठा झाला, म्हणजे गावकऱ्यांना विचारील जाब!''

मित्रहो,

गेल्या तीस वर्षांत हा शिदा आता कळता बापई झाला आहे आणि कथांतून, कवितांतून, व्यासपीठावरून हडसून-खडसून जाब विचारतो आहे आणि आपण खालच्या मानेनं ऐकतो आहोत.

सुर्वे, ढसाळ यांच्या कविता, बागुलांच्या कथा आणि पानतावण्यांची व्याख्यानं यातून हे जाब आपल्यासमोर आज येत आहेत.

अर्थात हे घडणार आहे, याची खात्री माटे मास्तरांना होतीच.

'त्या-त्या जातीतून कवी, कादंबरीकार, कथालेखक हे हळूहळू होतीलच व ते आपली मनोगते निकट परिचयामुळे अधिक उज्वलतेने आणि जास्त आत्मीयतेने भावी काळात सांगू लागतीलही', असा होरा त्यांनी वर्तवून ठेवलाच आहे.

पहाट फुटण्याअगोदर कोंबड्याला जशी बांग द्यावी वाटते, तसंच हे झालं आहे. जनसामान्यांकडे आपला मोहरा वळवून जोमानं कथालेखन करणारे अनेक लेखक आज आपल्याला दिसतात. 'शिळान'कर्ते उद्धव शेळके, 'पाचोळा'कर्ते रा. रं. बोराडे, 'गोतावळा'कर्ते आनंद यादव, बाबुराव बागुल, चारुता सागर, सखा कलाल ही सहज आठवणारी काही नावं.

रशियातील एक श्रेष्ठ कथालेखक तुर्जेनीव्ह यांनी रशियन कथेविषयी असं म्हटलं आहे की,

'We all come our from under Gogol's 'Overcoat.' '
'आम्ही सगळे गोगोलच्या 'ओव्हरकोट' मधून बाहेर पडलो आहोत.'

'ओव्हरकोट' ही गोगोलची एक सुरेख कथा आहे.

एका गरीब-बापड्या कारकुनाची. जीवघेण्या थंडीत आपल्याला एक बऱ्यापैकी उबदार असा ओव्हरकोट असावा, एवढीच माफक महत्त्वाकांक्षा त्यानं ठेवलेली आहे.

ती सुदैवानं पुरी होते.

कारकुनाच्या काजळी जीवनात लखलखाट होतो.

काही काळ तो अगदी बदलून जातो. पण दैवानं द्यावं आणि कर्मानं न्यावं, तसं होतं. कोणीतरी धटिंगण त्याचा कोट लुबाडून पळतात. हा बापडा कारकून सैरभैर होतो. पोलीस अधिकाऱ्याकडे जातो. न्यायाधीशाकडे जातो. ह्याचे पाय धर, त्याची पायधूळ कपाळाला लाव, असं करून म्हणतो, 'माझा कोट मला मिळवून द्या.' कोणी तयार होत नाहीत. उलट ठायी-ठायी अपमान होतो. शिव्या ऐकाव्या लागतात. दुःख, अपमान सगळं शिगेला पोचतं आणि गरीब कारकून मरून जातो. तरीही त्याची वासना मरत नाही.

तो भूत होतो आणि अंधाऱ्या रात्री रस्त्यानं जाणाऱ्या-येणाऱ्यांचा ओव्हरकोट हिसकावू लागतो.

सामान्य कारकुनाची व्यथा सांगणारी ही गोष्ट पहिल्यांदा गोगोलनं लिहिली आणि पुढं हा पायंडा पडला, म्हणून तुर्जेनीव्ह म्हणतो की, 'आम्ही सगळे गोगोलच्या 'ओव्हरकोट' मधून आलो आहोत.'

मला नेहमी वाटतं की, आम्ही – विशेषत: गावाकडील गोष्टी लिहिणारे लेखक, माटे मास्तरांच्या 'बन्सीधरा, तू कोठे रे जाशील?' ह्या कथेतल्या भटक्या कातकऱ्यांच्या तळावरून आलो आहोत.

माट्यांनी लिहिलं आहे :

....सातारा जिल्ह्यातील लेंगरे गावापासून दोन मैलांच्या अंतरावर ओढ्याकाठी, कातकऱ्यांचा तळ पडलेला होता. सरासरी दहा-बारा झोपड्या असतील. कोंबडी किडे टिपत हिंडत होती. गाढवं अर्धवट डोळे मिटून भर उन्हात, दिडक्या पायावर उभी होती. गाढवा-कोंबड्यांच्यामध्ये दोन म्हशी आणि एक कालवड खुंट्याला बांधली होती. वाळकी, चोपलेली आणि लांबोळी अशी पाच-सहा कुत्री धापा टाकीत होती.

अशा वस्तीवर गोरगोमटं एक पोर, कुठंतरी जत्रेत हरवलेलं आणि ह्या

कातकऱ्यांना सापडलेलं – चिम्या आणि तुळशी ह्या जोडप्याला सापडलेलं.

त्याचं नाव बन्सीधर.

"कारभारनी, ह्याला नीट्ट संबाळ. ह्यो देवाचा बाळ हाई. ह्येला गव्हाचा टुकडा घाल, मास्कांड घालू नकं." असं चिम्या सांगे.

पण बन्सी अस्वस्थ होता. त्याचा जीव इथं रमत नव्हता. एके दिवशी अंधाऱ्या रात्री तो नाहीसा होतो. आपल्या खऱ्या बापाकडे म्हणजे सांगोल्याला येतो. पण बापानं आता दुसरं लग्न केलं आहे. बन्सीची आई कुठं परागंदा झाली आहे. त्या आईला शोधत-शोधत बन्सी येतो, तर तिनं आता दुसरा नवरा केलेला आहे.

भावभावनांचा कल्लोळ होतो; पण बन्सीला कुठंच थारा नसतो.

खरे आईबाप असे दूर गेले, म्हणून व्याकूळ झालेला बन्सी पुन्हा कातकऱ्यांच्या तळावर परत येतो, तर तिथं चोरीच्या आरोपावरून चिम्याला शिपायांनी धरून चालवलं आहे. तुळशी आईलाही धरलं आहे.

चिम्या बन्सीला बघताच म्हणतो, "ये, बंछी, तू लांब जा, तुला देव संबाळील."

शिपाई, फौजदार शंकित नजरेनं पाहत असतात.

"तुज्या पायाला मी हात लावतो. आता तुला तुळाशी आई न्हाई." असे चिम्या भडभडून म्हणतो.

तुळशी, चिम्या, बेम्ट्या – सगळ्यांना पोलीस बेड्या घालून नेतात.

बन्सी एकटा राहतो.

संध्याकाळी उदास वेळेला कुठल्या तरी ओढ्याच्या काठी बन्सी बसला आहे. त्याचा बाप जयपाळ, मंगलादेवीच्या संगतीत आपल्या घरी आहे. त्याची आई मोहनच्या संगतीत आपल्या घरी आहे. पोरका-पोरका बन्सी ओढ्याच्या काठी बसलेला आहे. त्याची तुळशी आई धरून नेली आहे. त्याचा बाप चिम्या जेलखान्याकडे चाललेला आहे. भावंडं पुण्याच्या पोरसुधार केंद्राकडं चालली आहेत.

एक लांबोळं, चोपलेलं, रोड कुत्रं दोन पाय पसरून दीनवाणं त्याच्या तोंडाकडं पाहत बसलं आहे.

माटे लिहितात : 'माझ्या बन्सीधरा, तू आता कुठं रे, जाशील?'

माट्यांचं लेखन आज पहिली भुरळ घालणारं नाही. माट्यांनी जे केलं, ते आजवर अनेकांनी केलं आहे. अधिक उत्तम तऱ्हेनं केलं आहे. पण त्या काळात जाऊन बघितलं पाहिजे. मराठी साहित्यामध्ये पुढं झालं, ते सगळं आपण घटकाभर विसरलो, तर यापूर्वी कधी कातकऱ्यांच्या तळावर हा चुकलेला पोर आढळला नव्हता. आई-बापांची धरपकड झाल्यावर 'आता मी कुठं जाऊ,' म्हणून भांबावून बसलेला नव्हता, असं कळून येईल. त्याचं पोरकेपण, एकाकीपण मराठी कथेतून

पहिल्यांदाच आपण पाहिलं.

– आणि तेच पोरकेपण, एकाकीपण आपण आजवर कथांतून सांगत आहोत.

म्हणूनच मला वाटतं की, आम्ही त्या कातकऱ्यांच्या तळावरून आलो आहोत.

जाणत्या वाचकांनी मोठ्या केलेल्या कथा घ्या.

शंकर पाटलांची 'भेटीगाठी' घ्या.

मिरासदारांची 'अडगळीची खोली' घ्या

उद्धव शेळक्यांची 'लेकुरवाळी' किंवा 'धग' घ्या.

बोराड्यांची 'बांध' किंवा 'पाचोळा' घ्या.

आनंद यादवांची 'गोतावळा' घ्या.

फार काय सांगावं, भाव्यांची 'व्यथा' घ्या.

गोखल्यांची 'मंजुळा' घ्या.

गाडगीळांची 'एकटा' घ्या.

माणसाचं एककीपण, ह्याच विचारानं आपली कथा झपाटलेली दिसते. ती तिची विशेष प्रवृत्ती दिसते.

बाबुराव बागुलांच्या 'आई' कथेतली आई, देवाजवळ पापाचा पाढा वाचावा, तशी मनाशीच बडबडते :

'....बघ, लेकरा. तू मला शिंदळ ठरवून निघून गेलास. तुझ्या बापापेक्षाही अधिक दुःख देऊन गेलास. दुःखासाठीच मला देवानं धाडलं आहे काय? तू, तुझ्या बापानं आणि वस्तीवस्तीतील बायकापुरुषांनी मला छळलं. मी तुझ्यासाठी, तुझ्या बापासाठी फार सोसलं. तो मेला, तेव्हा महमद मेस्त्री मला बीबी करून घेण्यासाठी आपली मोटार माझ्या नावानं करत होता. बालाजीशेठ घडीला वीस-वीस रुपये ठकूमामीच्या हाती पाठवत होता. हा दगड्या सारा सर्व्हिस फंड माझ्या नावावर करायला तयार होता; पण मी तुझ्या प्रतिपाळासाठी जीव जाळला. पण तू... तुला कळू लागल्यापासून माझ्याशी अबोला धरू लागलास, दूर लोटू लागलास. माझी होणारी निंदा खरी मानू लागलास. गेल्या दिवाळीला दगड्यानं माझ्या अब्रूवर घाला घालण्याचा प्रयत्न केला. तू मला आई मानतास, तर मी हा घरोबा केला नसता. तुझा आधार मला होता, पण तू मला सोडून गेलास....'

ती रडू लागली. खोली तिला स्मशानासारखी सुनी वाटू लागली. एकदम तिला एकाकी, एकटं वाटू लागलं....

उद्धव शेळक्यांच्या 'कढ' मधली सरसती – नवऱ्याला भावजयीच्या खाटल्यावर बघताच तिच्या पायाखालचा धरच सुटतो. डोळ्याला पदर लावून ती आपल्या शेजीबाईला सांगते :

"नवती मले कोनी सतीची माय, देवा – नवती सतीचा बाप, देवा – का नवती कोनी बईन, देवा! अगाशानं फेकली आन् धरतरीनं झेलल्यावानी मी चुलत्याकडे रायली. आल्या जन्मात चुलतीनं कई बाई मून हाक मारली नाई की, बेटा म्हणून जवय घेतलं नाई. थ्या वक्ती वाटे, का माय, आपल्या घरी गेल्यावर तरी सत्तेचं मानूस भेटंन. पन मंते ना, कुठीई जा, गोटापानी संगंच असते. लगन झाल्यावर माईई थेच खिसा झाली. घरात पाय ठुल्यापासून बुवाचं कोन्तं सुख पाहाले नाई भेटलं. आता तूच माई माय होऊन सांग, बिचारे देवके, त्याईनंच मले हड्हड केलं. त म्या तरी कोनाच्या तोंडाकडं पाहावं लेक, का माहा जीव नोय?"

आनंद यादवांच्या 'ओझं' कथेतला हमाल दत्तबा. त्याची मुलं जगत नव्हती. तो दुसऱ्या हमालापाशी म्हणतो, "हाय, ते बरं हाय, त्याच्या आयला. कामच्या कामबी हुतंय नि पोरंच्या पोरंबी न्हाईत."

"वौंस कसा वाढायचा, रं, तुझा?"

"वौंसावर मुतलं कुतरं. आतडी तुटुस्तवर माझी मी वझी वडतोय्, तेवढं पुरं की. पोर जगली, तर त्येनीबी अशीच वझी उचलायची आन् माझ्या आईभनीचा उद्धार करत जलम काढायचा. त्येच्या परास मरत्यात, ते काय वंगाळ हाय?"

"साल्या, म्हातारपणी कुत्र्यागत वळचणीला पडून मरशील की."

"तवर एखादं चिवट आतड्याचं कार्टं जगंल की, रं. जगलं, तर ते एक जलमभर वझंच म्हना आमच्या उरावर; आन् न्हाई जगलं, तर न्हाई... निभत न्हाई आसं दिसलं की, झेकासपैकी भरम्या कुयागड्यागत धोंडं बांधून नदीत उडी टाकून मोकळं व्हायचं. कुनालाच झगझग न्हाई. बेफामपैकी मरान येतंय."

भरम्या हमालानं आपल्या दोन पोरांसह आणि बायकोसह एका जागी दोरीनं बांधून गेल्या सालीच जीव दिला होता. नदीला भरपूर पाणी होतं. असाच पावसाळा.

लग्न होऊन पंधरा दिवस होतात न होतात, तोवर बोराड्यांच्या 'बांध' कथेतल्या तरुण नवराबायकोची ताटातूट झाली आहे. का? तर इवाई-इवायांची भांडणं झाली. मग नवरा आपल्या घरी एकटा आणि नवरी तिकडं एकटी.

एकदा अचानक ती कुणाच्या तरी भाकरी पोहोचवण्यासाठी रानात गेलेली असताना हा दृष्टीला पडतो, आणि केवढं तरी भावनाट्य उभं राहतं. कोवळी वाळकं, हरभऱ्याचे डहाळे हा तिला आग्रहानं खाऊ घालतो. बोलणी होताता. ती जायला निघते.

तो उदासल्यावाणी बसून राहतो.

ती डोक्यावर टोपलं घेत म्हणते, "म्या चलते आता."

"म्या येतो की गावापवतर."

"नगं, हितं आपल्या बांधावरच उभं ऱ्हावा. गाडीवाटंला लागस्तवर भ्या हाय. गाडीवाटंला लागलं की, कुनाची ना कुनाची सोबत मिळती."

"असं म्हणतीस?"

"व्हय."

... ...

"आता पुना कवा येशील?"

"माझ्या काय सोध्यान हाय?"

"कवा आलीस, तर भेटल्याशिवाय जाऊ नकू, बग."

"बरं."

"आन् लई जिवाला खात बी जाऊ नकू, बग. लई दिस टिकायचं न्हाई हे आसं."

"तुमीबी जपा परकृतीला. नांदायला यीन, तवा आसंच्या आसं दिसलं पायजे, बगा, तुमी!"

तो मान हलवितो.

ती पुढं चालत असते. पुन्हा-पुन्हा मागं वळून पाहत असते आणि बांधावर उभे राहून तो भरलेल्या डोळ्यांनी तिच्याकडे पाहत असतो....

सखा कलालांच्या 'बळी' कथेतली घरंदाज आण्णांची मुलगी. पद्मा. फुटक्या घागरीगत अंधारात अडगळीत टाकून दिलेली. आईबापांनीच तिचं पोट पाडलं होतं. ज्याचं होतं, तो आपली म्हणायला तयार होता; पण आईबाप, भाऊ, कोणी तयार नव्हतं. पोरीचं हे पाप कुणाला कळू नये, म्हणून त्यांनी तिला अंधाऱ्या घरात दडवून ठेवलं होतं.

त्यांना इभ्रत सांभाळायची होती.

शेवटी तीच स्वत:ची सुटका करून घेते.

'आई उठली. दिव्यानं उजेड हलवीत ती उंबऱ्यात आली आणि तिथंच खिळल्यागत झाली. बघूनच थरथराय लागली. हातातनं दिवा पडला आणि तिनं किंकाळी मारली. पालीगत सरपटत पद्मा थेट ओढ्यापतूर गेली होती. तिथंच गळ्याभोवती करकचलेल्या दोरीला लोंबत होती. आतबाहेर अंधार भणभणत होता.'

असा हा मानवी जीवनातला गडद एकटेपणा, कधी दैवानं पदरी बांधलेला, तर कधी सामाजिक परिस्थितीनं लादलेला.

सामाजिक परिस्थिती तरी कसली? दारिद्र्य, जातपात, अज्ञान, रूढी, हे सगळं

इतकं सनातन की, त्यालासुद्धा दैवच म्हणायचं. दैव म्हणूनच ते स्वीकारलेलं. मग तक्रारीला जागा नाही. कधी जाण असते. कधी नसते.

पण माणसं हे एकटेपण भोगत असतात.

– आणि लेखक जेव्हा अतिशय प्रामाणिकपणे लिहितो, तेव्हा त्या लेखनातून हे एकटेपण आपोआपच येतं. आपल्याच काय, इतरत्र ज्या-ज्या देशांतून लघुकथा फोफावली, त्या-त्या देशांतूनही हाच अनुभव आहे.

फ्रँक ओ' कॉनोर ह्या आयरिश लेखकानं त्याला 'Intense awareness of human loneliness' असं म्हटलं आहे.

व्यक्तिमात्राला जाणवणारा तीव्र एकाकीपणा हाच मोठमोठ्या कथांचा विषय झालेला आहे; असं आपल्याला आढळून येतं.

उदाहरणार्थ, चेकॉव्हची 'दु:ख' ही कथा.

फार सुंदर गोष्ट आहे. एका घोडागाडी चालवणाऱ्याची. त्याचा लाडका मुलगा देवाघरी गेलाय आणि हे मनातलं दु:ख त्याला कुणापाशी तरी बोलून दाखवायचं आहे. सारखी गिऱ्हाइकं मिळत असतात. घाईगर्दीनं गाडीत चढतात. रस्त्यानं गर्दी आहे. तिच्याकडं ध्यान द्यावं लागतं.

पायाखालची घंटा वाजवायची. चाबूक ओढायचा.

'अहो, दादा; अहो, काकू' म्हणायचं आणि मग त्या गिऱ्हाइकाकडे बघत-बघत म्हणायचं, "बरं का, साहेब, मला एक चांगला पोरगा देवानं दिला होता... पण...."

"अरे, कुठं चाललायस? डावीकडं घे."

गिऱ्हाइकाचं लक्ष दुसरीकडंच कुठं असायचं.

कोणी ऐकून घेत नाही.

शेवटी रात्री, तबेल्यातल्या घोड्याचं तोंड तो कुरवाळतो आणि सांगतो, 'बरं का, आपला बन्या देवाघरी गेला.'

माणसाचं एकाकीपण इतक्या तीव्रपणे आणखीन कोणी रंगवलं आहे का?

....असं का होतं, ह्याचा शोध घेतला तर आढळतं की, ह्याला समाजस्थितीही कारण असू शकते. जिथं सुसंघटित, एकसंध असा समाज असतो, तिथं कादंबरीकारांना आव्हानं मिळतात. धोधाट वाहणाऱ्या जीवनप्रवाहाचंच दर्शन कादंबरीतून असतं आणि लघुकथेचं लक्ष्य व्यक्ती हे असतं.

ओ' कॉनोर म्हणतो की, अमेरिकेत, रशियात मोठी कादंबरी जन्माला आली आणि मोठी कथाही जन्माला आली.

या उलट, कादंबरीची गंगोत्री जो इंग्लंड देश, त्या देशात लघुकथा फारशी वाढली, पोसली नाही.

आयर्लंडमध्ये उत्तम कथालेखक जन्मले, पण कादंबरीकार मात्र झाला नाही.

समाजाकडे बघण्याची ह्या देशांतली दृष्टी, हे याला काहीसं कारण आहे.

अमेरिकेत आणि झारकालीन रशियात बुद्धिजीवी लोक समाजाविषयी बोलताना म्हणत की, 'इथं कदाचित घडू शकेल.' इंग्लंडमध्ये उलट वृत्ती अशी की, 'घडलंच पाहिजे,' आणि आयर्लंडमध्ये 'छे, काही व्हायचं नाही.'

अमेरिकेतला तरुण किंवा तुर्जेनीव्हच्या काळातला रशियन तरुण, थोड्याशा साशंकतेने का होईना, पण यशाची अपेक्षा करू शके.

इंग्लंडमध्ये एक नशीबच भिकार असलं, तर कोणी मागे पडणार; नाहीतर नाही. सर्वांना विकासाची समान संधी मिळणारच. उलट, आयर्लंडमध्ये अन्याय, उपेक्षाच वाट्याला येणार. पदरात काहीही पडणार नाही. त्यामुळं इंग्लंडमध्ये कथा झाली नाही आणि आयर्लंडमध्ये कादंबरी झाली नाही.

आपले लेखक इतर कोणत्याही साहित्य-प्रकारापेक्षा लघुकथांकडे जास्त का ओढले जातात, याचं कारण आपली सामाजिक स्थितीच असू शकेल.

'एकसंध समाज' नावाची गोष्ट आपल्याकडं कुठं आहे? अनेक चिरफाळ्या, धांदोट्या आहेत.

हा समाज आपल्याला कसली संधी देत नाही आणि आपल्या प्रश्नांना उत्तरंही देत नाही.

'एकटा आलो, शेवटी एकटंच जायचं.' ही भावना उत्तरोत्तर तीव्र होत जाते.

म्हणून आपलं लक्ष व्यक्तिमात्रांकडे जास्त जातं.

धर नसलेला समाजातला वर्ग हाच प्रामुख्यानं लघुकथांचा विषय झालेला दिसतो. त्यांच्या कथा आणि व्यथा हाच ह्या कलाप्रकाराचा गाभा. केवळ मराठीतच नव्हे, तर सर्व भारतातच कथा जोमात आहे, असं आढळतं.

तो भारतीय-राष्ट्रीय कलाप्रकार आहे.

फार जुन्या काळापासून कथेवर आपला भरवसा आहे. राजाची अडाणी पोरं शहाणी व्हावीत, म्हणून आपण त्यांना शिकवण्यासाठी पंचतंत्रातल्या गोष्टी सांगितल्या. काल-परवापर्यंत, श्रावण महिन्यात, आया मुलांच्या हातावर जोंधळ्याचे चार दाणे ठेवून कहाणी सांगत असत. 'करा रे हाकारे, पिटा रे डांगोरा. नगरात कोणी उपाशी आहे का, शोध करा. उपाशी नाही, तापाशी नाही, वाटेनं एक मोळीविक्या जातो आहे. त्याला म्हणावं, आमच्या बाईंची कहाणी ऐकायला ये. तुझ्या बाईंची कहाणी ऐकून मला काय फळ? माझं पोट आधी भरलं पाहिजे. असं म्हणून तो राणीकडे आला. राणीनं सहा मोत्ये घेतली. तीन त्याला दिली, तीन आपल्या हातात ठेवली.

मनोभावे कहाणी सांगितली. चित्तभावे त्यानं ऐकली. त्याची लाकडाची मोळी होती. ती सोन्याची झाली. कहाणी ऐकण्याचं एवढं फळ, मग वसा घेतल्याचं काय फळ? काय वसा आहे, तो मला सांग. तुला, रे, कशाला वसा? उतशील, मातशील, घेतला वसा टाकून देशील. उतत नाही, मातत नाही, घेतला वसा टाकत नाही. काय वसा असेल, तो मला सांगा. तेव्हा वसा सांगितला...' अशा ह्या कहाण्या असत.

माझ्या आईकडून त्या ऐकल्याचं मला चांगलं आठवतं.

'लोककथा' ही तर भारतानंच जगाला दिलेली देणगी आहे.

त्या पुराण्या कथेचंच प्रगत रूप म्हणजे आजची लघुकथा.

ती ह्या देशात जोमानं वाढली, तर त्यात नवल नाही.

जगातील कोणत्याही लघुकथेच्या बरोबरीनं उभी राहू शकेल, इतकी संपन्न आपली लघुकथा आहे.

कादंबरीच्या बाबतीत असं आपण म्हणत नाही आणि आपण ज्यांना कादंबऱ्या म्हणतो, त्याही पुष्कळदा मोठ्या गोष्टीच असतात.

केवळ लांबीनं कमी आहे, ती कथा; लांबीनं जास्त आहे, ती कादंबरी, हा फरक फार ढोबळ आहे. असं पुष्कळदा नसतं.

दीड-दोनशे पानांची कथा असू शकते आणि शंभर-सव्वाशे पानांची कादंबरीही असू शकते. कादंबरीकार एखादी व्यक्ती घेईल आणि तिला समाजाविरुद्ध उभी करेल. संघर्ष निर्माण होईल. कधी त्यात व्यक्ती बलदंड म्हणून उभी राहील; तर कधी समाज व्यक्तीला नामोहरम करील. व्यक्तीचा होणारा विकास, प्रसंगामागून प्रसंग असा जीवनाचा प्रवाह कादंबरीला आवश्यक असतो.

कादंबरी एखाद्या प्रचंड ऑर्केस्ट्रासारखी असते, तर कथा सोलो वाद्यासारखी. कथालेखकाला जीवनाचा प्रचंड प्रवाह दाखवायचा नसतो.

तो एखाददुसरा प्रसंग, एखाद दुसरी व्यक्ती घेऊनच पक्षी झोंबावा; तसा नेमका जीवनाच्या फळाशी झोंबतो.

चारुता सागर यांची 'नागीण' गोष्ट घ्या. दिसेल तिथला नाग ओढून काढायचा आणि मारायचा, असा विलक्षण नाद असलेला बापू आणि लहानपणीच अंथरुणावर तुळईवरचा साप बदकन पडल्यामुळं साप म्हटला की, अंगावर शहारे उभी राहणारी त्याची लाडकी बायको चंद्रा, यांच्या बाबतीत घडलेलं एक केवढं भीषण नाट्य पुस्तकाच्या केवळ बारा पानात कथाकारानं उभं केलं आहे.

बापूच्या रानात नागाचं जुळं दिसतं. अंगच्या माजानं वेडावलेली नागीण. तिच्या वासानं धुंदावलेला नाग.

नागीण सुसाट धावत होती. नाग मागं लागला होता.

तो जवळ येताच ती ताडकन उडे. वावभर पुढं पडे.

आपल्या रानातल्या आंब्याखाली गार सावलीला बापू आणि चंद्रा बसलेली असतात. त्यानं नुकतीच मोट सोडलेली. हिनं भाकरी घरून आणलेली. पहिल्यांदा चंद्राचं लक्ष जातं. समोर उघड्या रानात नाग-नागिणीचा तो अंगावर काटा उभा करणारा खेळ, चंद्राच पहिल्यांदा नवऱ्याला दाखवते.

बापू तो बघतो आणि हातात निर्गुंडीचा फोकारा घेऊन धावतो.

चंद्रा ओरडते, "अहो, नका, नका. माझं ऐका."

आता ते जुळं. मारली, तर दोन्ही जनावरं एका-दुसऱ्या घावात मारली पाहिजे होती; नाहीतर एकानं डूख धरला असता, तर जोडीदाराला मारल्याबद्दल बापूला फोडला असता.

बापू नाग मारतो आणि नागीण मात्र निसटते. नाहीशी होते... आणि पुढं भित्र्या चंद्राला हडळ दिसावी, तशी अचानक कुठंकुठं दिसू लागते. कधी मिरच्यांत वेटोळं, कधी विहिरीच्या धावेवर सळसळ, कधी पांदीत फुस्स, तर कधी हळदीत शिट्टी वाजते. चंद्रा भीतीनं गर्भगळित होते.

– आणि एके दिवशी डाव साधून नागीण चंद्राचाच अंगठा फोडते. औषधपाण्याचाही उपयोग होत नाही. शिदोबाच्या देवळात नवऱ्याच्या मांडीवर चंद्रा आपली मान टाकते.

दुःखानं, रागानं बेभान होऊन बापू ह्या नागिणीला मारण्यासाठी दिवसेंदिवस हातात टिकारणं घेऊन हिंडत राहतो. पण ती सापडत नाही. हा संतापानं, दुःखानं वेडापिसा होतो, पण नागीण कधी दृष्टीलाच पडत नाही. थकून-भागून, जोडीदारणीच्या आठवणीनं विव्हळ होऊन, आपल्या रानात नेहमीच्या आंब्याच्या झाडाखाली बापू बसला असताना, अगदी समोरच्या झुडपातनं ती सावकाश डोकं काढते. बापू नुसता बघत राहतो – उसवल्या नजरेनं.

– आणि हातभर अंग काढून ती निश्चल उभी असते.

कथा वाचून संपली, तरी आपल्यासमोर चमकदार डोळ्यांची आणि वळवळत्या जिभांची ती नागीण उभीच असते.

गार घामाचे ओघळ आपल्या कानांमागून सुटतील, असं वाटतं. हा असा गोळीबंद परिणाम कादंबरी घडवू शकत नाही. अशी ताकद असलेले अनेक लेखक आज आपल्या भाषेत आपण दाखवू शकतो, हे आपलं भाग्य आहे.

आज मराठी भाषेत लघुकथा हा वाङ्मयप्रकार जोमदारपणे फोफावला आहे.

अनेक नवेनवे कथा-लेखक पुढे येत आहेत. उत्तमोत्तम कथा लिहित आहेत. ग्रामजीवनातील नवेपणाचं आकर्षण आता संपलं आहे. कलात्मकता एवढं एकच मूल्य पुढं ठेवून नवी कथा पुढं जाते आहे.

आपल्या मासिकांनीही कथांच्या वाढीला मोठा हातभार लावला आहे. मराठी मासिकांचा इतिहास म्हणजे आपल्या लघुकथेच्या वाढीचा इतिहास आहे. मनोरंजन, यशवंत, ज्योत्स्ना, प्रतिभा, किर्लोस्कर, सत्यकथा, अभिरुचि, हंस ह्या मासिकांनी कथा लहानाची मोठी केली आहे. आपल्या मासिकात भरगच्च कथाच असतात. कविता, लेख, कुठंतरी वळचणीला अंग चोरून उभे आहेत, असं दिसतं. कथेची खरी कदर मासिकंच करतात. प्रकाशक नेहमीच कथासंग्रह छापायला कुरकुरतात. त्यांना कादंबरी हवी असते. मराठी मासिकांचं लघुकथेवर फार ऋण आहे.

अभिरुचि आणि सत्यकथा ह्या मासिकांचा वैभवकाळ तर मी प्रत्यक्ष पाहिलेलाच आहे. एक-एक दिवाळी अंक म्हणजे चमत्कार असे.

'अभिरुचि'चा एक दिवाळी अंक आठवतो.

मुखपृष्ठ म्हणजे नाना रंगांचे पट्टे ओढलेले.

त्यातच एक फूल आणि त्याकडे जाणारं फुलपाखरू.

संपादकीय वाचावं, तर असं :

'नवरात्र संपले. दसरा उजाडला. आमचा कंपॉझिटर आम्हाला म्हणाला, ''काप्या' द्या.''

'मुखपृष्ठावरचे चित्र करण्यासाठी आमच्या चित्रकारानं उरले-सुरले सगळे रंगांचे डबे वापरले. त्याची छपाई साधता-साधता कामगारांना ताप भरला.'

'कलेचा जीवनावर परिणाम हा असा....'

किती उत्तम-उत्तम कथा 'अभिरुचि'नं मराठी वाचकांना दिल्या. वर्षभरात प्रसिद्ध होणाऱ्या लघुकथांमधून एका लघुकथेला दोनशे रुपयांचं पारितोषिक एकोणीसशे सत्तेचाळीस साली 'अभिरुचि'नं ठेवलं. वर्षभर उत्तमोत्तम कथा थोरामोठ्यांनी लिहिल्या. 'देवा सटवा महार' आणि 'कडु आणि गोड' ह्या दोन कथांना ते पारितोषिक विभागून मिळालं आणि गंगाधर गाडगीळ आणि व्यंकटेश माडगूळकर हे दोन लेखक एकदम प्रकाशात आले.

शंकर पाटील यांच्या पहिल्यावहिल्या कथा 'अभिरुचि'तून, सत्यकथेतून आल्या.

'भैरव' कथेला प्रसादाचं पारितोषिक जाहीर झालं आणि रणजित देसाई वाचकांपुढे आले.

'मौज'चा एक दिवाळी अंक आठवतो.

साल अठ्ठेचाळीस असावं. एका अंकात जवळजवळ आठ ते बारा उत्तम कथा होत्या. भाव्यांची 'स्वप्न', गाडगीळांची 'पावसाळी हवा', गोखल्यांची 'कातरवेळ', माझी 'त्याची गाय व्याली.'

अहो, हा एक अंक म्हणजे सर्वोत्कृष्ट मराठी कथांचा एक संग्रहच होता.

दिवाळीच्या निमित्तानं प्रतिवर्षी भरणारी साहित्याची जत्रा हाही खास एक आपलाच उत्सव आहे. इतर कोणत्या भाषेत तो आहे की नाही, याची शंका आहे. दिवाळीला साहित्याच्या प्रांगणातही उत्तोमत्तम कथांचे रंगीबेरंगी आकाशदिवे उंच टांगले जातात आणि त्यांचा आल्हाददायी प्रकाश सर्व वर्षभर पुरतो.

कोणी डोळे मिचकावून विचारतात की, 'का हो, दिवाळीलाच तुम्हां लेखकांच्या प्रतिभेला उधाण कसं येतं?'

मी म्हणतो, 'काय बिघडलं? वसंतऋतूतच कोकिळेला कंठ का फुटतो?'

आज लघुकथा खूप श्रीमंत झालेली आपल्याला दिसते.

ती कधी नियतीचा वेध घेते. कधी मानवी सुखदु:खाचा वेध घेते. कधी मानवा-मानवांतील संबंध उलगडू पाहते. तर कधी मानवी अस्तित्वाचा अर्थ जाणू पाहते. जीवनातील शाश्वत-अशाश्वत जाणण्याची दृष्टी तिला आलेली आहे. कृत्रिम, तकलादू, हीण ती ओळखते आणि भोवतालच्या उद्ध्वस्त, अश्रद्ध वातावरणात मानवाचं हरपलेलं श्रेय शोधताना दिसते.

आज मराठी कथेची अभूतपूर्व अशी वाढ झालेली आहे. हे सगळं वैभव पाहत असतानाच आपलं पापशंकी मन कधी-कधी म्हणतं, 'आता पुढं काय?'

माट्यांनी सांगितल्याप्रमाणे आपला मोहरा स्वकीयांकडे वळवूनही लेखक बरेच पुढे गेले. बराच काळ लोटला. पुढं?

आदिवासी जाती-जमातींकडे अजून कोणी पाहिल्याचं दिसत नाही. ह्या महाराष्ट्र देशात भटक्या जमाती केवढ्या तरी आहेत. एक फासेपारध्यांचा तळ, एक वैदूवाडी, नंदीवाल्यांची तीन वर्षांनी एकत्र येणारी एक पंचायत आणि माळरानावर कांड्याकरकोच्या उतराव्या, तशी त्यांची उतरलेली पालं, कितीतरी कथांना जन्म देऊ शकेल.

अर्थात अमक्यावर लिहावं, तमक्यावर लिहावं, असं म्हणून काही घडत नाही. विषयाचं नवेपण म्हणजे साहित्यातील नवेपण नव्हे, हे खरं. पण कुणी सांगावं, प्रतिभेचं देणं लाभलेला एखादा भिल्ल, एखादा फासेपारधी, एखादा वैदू, एखादा नंदीवाला उद्या उठेल. एक वेगळंच अनुभवविश्व साहित्यात आणून आपल्याला चकित आणि आनंदित करेल! साहित्य-प्रकाराची कुंडली कोणी मांडावी?

एकोणीस

पुढं आणखीही होऊ शकतं. स्वकीयांपलीकडे, 'वृक्षवल्ली आम्हां सोयरी वनचरे' इकडेसुद्धा हा मोहरा वळू शकतो.

फ्लॅहर्टीची गोष्ट आपल्याला ठाऊक आहे का?

....खेड्यातला हा तरुण, लेखक होण्याच्या महत्त्वाकांक्षेनं डब्लिनला आला. 'तो', 'ती'च्या गोष्टी लिहायला लागला. प्रेमाच्या, प्रेमभंगाच्या वगैरे. त्यावर त्याच्याच देशातल्या कोणी ज्येष्ठ लेखकानं त्याला दटावलं, 'इथं कशाला आलास तू? परत जा गावाकडं आणि गाईवर गोष्ट लिही. का, तर तुझं नंदनवन ते आहे. तेच तू लिहू शकशील.'

काय उत्तम गोष्ट लिहिलीय त्यानं गाईवर!

जगप्रसिद्ध आहे ती.

– आणि कशाकशावर लिहिलंय ह्या माणसानं. किती सूक्ष्म निरीक्षण आहे त्याचं. केवढा मोठा कलावंत आहे तो!

कोंबडीवर लिहिलेली त्याची 'ब्लॅक हेन' ही गोष्ट घ्या.

समुद्रकिनाऱ्याची गोष्ट घ्या.

पाखरांच्या पोराचं पहिलं उड्डाण....

समुद्रपक्ष्यांच्या थव्यातल्या एका पक्ष्यावर कोसळलेला प्रसंग आणि त्याचा अंत... एका गाढवाचं मरण... अशा किती तरी प्रसंगांवर त्यानं उत्तमोत्तम कथा लिहिलेल्या आहेत.

ह्या संदर्भात आनंद यादवांच्या 'गोतावळ्या'तली कित्येक सुंदर, विलक्षण कलापूर्ण अशी चित्रं आपल्या डोळ्यांसमोर उभी राहतात.

म्हसूबाला सोडलेला तो बाजिंदा कोंबडा, ते आंधळं घोडं, ती चंपी कुत्री, तो गरुड, ते कावळे, घुबड....

वॉल्ट डिस्नेचं एखादं चित्र पाहताना आपण जसे चकित होतो, तसे हे प्राणिजीवन पाहून होतो.

'चटावलेला' ह्या शीर्षकाची आनंद यादवांची एक गोष्ट आहे. रानात वस्ती करून असलेला, चिमण्यांचा काळ असा भला लांबडा नाग चिमण्यांनी टोचून टोचून मारला, हे सांगणारी.

....म्हणून म्हणतो की, पुढं आणखी नव्या वाटा पाडल्या जातील. साहित्य हे सामाजिक साधन नव्हे. ती कलेच्या क्षेत्रातली बाब आहे. ही जाणीव आलेले लेखक आणखी पुढं जातील. आपल्याला वाटतं, पण काही थांबत नाही. नव्या वाटा शोधल्या जातातच. मध्येच दुष्काळ पडतो. नाही, असं नाही. दहा-बारा वर्षं चांगल्या

पिकांची जातात आणि मध्येच तीन वर्षं भल्या भल्यांना खडी फोडत राहावं लागतं....

पण ही आपली वहिवाटच आहे.

ह्या महाराष्ट्रात कशाचंही आलं म्हणजे वेडं पीक येतं. कधी ते संतांचं असतं :

ज्ञानदेव, तुकाराम, नामदेव, गोरोबा, चोखोबा, सावता, सेना, कान्ही, जनी....

कधी शाहिरांचं येतं :

रामजोशी, प्रभाकर, सगनभाऊ, परसराम....

एकापेक्षा एक मोठे लोक एकदम येतात....

– आणि पुन्हा काही नाही.

टिळक, आगरकर, फुले, गोखले, रानडे....

पुन्हा काही नाही....

तसंच साहित्यातही आहे. फार्मचं एखादं पीक आणि पुन्हा ओला-वाळला दुष्काळ येतो.

हे चालायचंच.

परवा एकजण मला म्हणाला, "असं कसं म्हणता? काही चांगले-चांगले वाङ्मयप्रकार नष्टच झाले नाहीत का? 'झेंडूच्या फुलां'नंतर विडंबन-काव्य गेलं. दिवाकरांनंतर नाट्यछटा गेली. लघुनिबंधही गेल्यात जमा आहेत. मग ही तुमची म्हणता, ती कथा तरी राहील कशावरून?

"आपलं ग्रामजीवन आता झपाट्यानं बदलतंय. तुमचे ते पाटील-कुलकर्णी, येसकर-तराळ, दवंडी, मोट, नाडा हे सगळं जसं गेलं, तसं खेडंही जाईल. मग कशावर लिहिलं जाईल?

"बरं, आता चित्रपट आला. टेलिव्हिजन आला. पोरांना सवय लागलीय बघायची. वाचतो कोण? महाभारत आणि रामायणसुद्धा पोरं आता कलर कॉमिक्समधून बघतात. वाचत नाहीत. शिवाय आता कागद मिळत नाही, म्हणून छपाई बंद.

"मग कथेचं भवितव्य काय?"

मी म्हणालो, "मित्रा, अवघ्या साहित्यालाच काही भवितव्य आहे का? ह्या प्रश्नाची चर्चा तूर्त पाश्चिमात्य देशातून चालू आहे. आज ना उद्या, फार तर परवा-तेरवा, हे वारं आपल्यापर्यंत येऊन पोहोचेलच. म्हणजे चर्चेचं! पन्नास वर्षांपूर्वीच टी. एस. ईलियटनं 'कादंबरीचा अंत झाला आहे,' अशी दवंडी दिलेली आहे. 'काळाच्या गरजेनुसार जन्मलेली आणि वाढली-पोसलेली कादंबरी आज संपलेली आहे. आजची गरज ती पुरी करणार नाही. तिची जागा दुसरा एखादा 'फॉर्म' घेईलच,' असं त्यानं म्हटलं होतं.

एकोणीसशे तीसमध्ये एडमंड विल्सन यानं घोषणा केली की :

'Verse is dying technique'

आज अमेकिरेत म्हटलं जातंय की, सगळ्या साहित्याचंच आता भरलं आहे. ह्या यंत्रयुगात फिल्म, टेलिव्हिजन, रेडिओ आणि इतर येऊ घातलेली साधनं ह्यांच्याशी मुकाबला करून तरण्याची ताकद साहित्यात राहणार नाही.

करमणुकीचा आणि माहितीचा रतीब घरपोच करणारी साधनं आता येऊ घातली आहेत. बटण दाबलं की, हवी ती फिल्म, व्याख्यानं, कोशातलं एखादं पान आपल्याला पाहायला मिळेल आणि ह्या सुधारणेच्या तुलनेनं पुस्तकं म्हणजे अगदीच भूर्जपत्रं ठरतील.

छपाई अगदी आवश्यक तेव्हाच होईल.

एकीकडे अशी चर्चा सुरू आहे आणि पेपरबॅक पुस्तकांचा लोंढा धो-धो वाहतो आहेच. लक्षावधी पुस्तकं लिहिली जाताहेत, छापली जाताहेत आणि वाचली जाताहेत.

अहो, आनंद देण्याचं शब्दांतलं सामर्थ्य नाहीसं झालं आहे आणि एक दुसऱ्याला गोष्ट सांगायचा थांबला, असं कधी घडेल का? कल्पनेनं तरी असलं जग आपण बघू शकतो का? चर्चा चालू द्या. पण हे काही खरं नाही. निदान आपल्या देशात तरी हा काळ फार-फार दूर आहे. त्या देशांच्या निदान शंभर वर्षं आपण मागे असतोच.

कथेचं भवितव्य उज्ज्वलच आहे. जगात एक श्रोता आणि एक वक्ता आहे, तोपर्यंत कथा राहील. कथेला विषयाची वाण कशी पडेल? माणसं आहेत, तोवर ती ह्या ना त्या पद्धतीनं वागणारच. त्यांच्या मनात किंवा मनाबाहेर काही तरी घडत हे राहणार आणि ते कुणीतरी शब्दांत पकडून ठेवणार.

खेडी गेली, म्हणजे जे राहील, तेही कथाविषयच होणार नाही का? कथा कशाचं चित्रण करते : शहरी जीवनाचं की खेड्याचं; आजच्या खेड्याचं की कालच्या खेड्याचं; मोटेचं की इलेक्ट्रिक मोटारचं, हा प्रश्न अगदी गौण आहे. ती उत्तम कथा आहे की नाही, एवढाच प्रश्न महत्त्वाचा आहे. ती कलात्मक उंची गाठते की नाही, हे महत्त्वाचं आहे.

ग्रामजीवनासंबंधी लेखकांनी लिहिणं हे सगळ्याच देशांतून घडलं आहे. सुरुवातीला आपलं लक्ष आपल्या आसपासच्या जीवनाकडं असतं. आपल्या सभोवतालचंच जीवन रंगवलं जातं. पुढं ते घासून-पुसून नीटनेटकं करण्यात काही काळ जातो आणि नंतर स्वत:चं असं खास बळ मिळाल्यावर आपल्या प्रादेशिक जीवनाकडं कथेचा मोहरा वळतो.

एखादे श्री. म. माटे ही वाट दाखवतात आणि प्रादेशिक जीवनाचं विशाल क्षेत्र कथेला मिळतं.

मग कथेत जिव्हाळा येतो, आपल्याच मातीतला कस येतो.

तिला एक वेगळीच गुणवत्ता प्राप्त होते.

कागद नाही, म्हणून उद्या कोणी कथा छापीनासं झालं, तर मराठी लेखक हजार-दीड हजार माणसांपुढं उभा राहील आणि आपली कथा सांगून त्या आतुर समुदायाला तो आनंदमग्न करील!

नाहीतरी, कोपार्डसारख्या कथालेखकानं

'The art of telling stories is an oral one and not a written one....'

कथा ही सांगायची वस्तू आहे, लिहायची नव्हे, असा सिद्धान्त मांडलेलाच आहे.

वेळ आलीच, तर आम्ही त्याचा आधार घेऊ....!

∎

अध्यक्षीय भाषण, गोमंतक मराठी साहित्य संमेलन, १४ वे अधिवेशन, संभाजीनगर (वास्को), गोवा. दिनांक : २६, २७ एप्रिल १९७५

| कथा |

दिवस फार गडबडीचा गेला होता. अण्णासाहेबांच्या एरवी एकाकी, उदास दिसणाऱ्या घरात आज किती तरी माणसं येऊन गेली होती. कोणी हारतुरे घेऊन; कोणी नुसताच प्रसन्न चेहरा आणि घवघवीत नमस्कार घेऊन; कोणी खोटा आनंद, खोटा चेहरा घेऊन; कोणी खोटे, गुळगुळीत शब्द घेऊन; कोणी अबोल, पण बोलक्या चेहऱ्यानं साधेच, पण नेमके शब्द घेऊन... माणसांची रीघ लागली होती. मधूनच फोन वाजत होता, मधूनच तारवाला येत होता. पन्नाशीच्या जवळपास आलेल्या अण्णासाहेबांवर अभिनंदनाचा वर्षाव चालला होता.

अण्णासाहेब आगतस्वागत करीत होते. चार मोजके शब्द बोलत होते, मिठ्या, नमस्कार स्वीकारीत होते; हसत होते; पण सगळं वरवर. मनोमनी ते एकाकी, उदास होते. त्यांना खराखुरा आनंद होत नव्हता.

अण्णासाहेबांची एकुलती एक मुलगी मंजू आल्यागेल्याकडे बघत होती. चहापाणी करीत होती. आपल्या वडिलांची ही लोकप्रियता बघून तिला धन्य-धन्य वाटत होतं. सुरेख चेहऱ्याची, लहानपणीच आई गेल्यामुळे प्रौढत्व आलेली

। पारितोषिक ।

ती चुणचुणीत मुलगी, कशी समंजस, कर्त्या बाईसारखी वागत होती. आपल्या वडिलांना आजसुद्धा आनंद होत नाही, याचं नवल तिला वाटत होतं. रागही येत होता.

या सर्व सोहळ्याकडे एखादा खेळ बघावा, तसे अण्णासाहेब बघत होते. अलीकडे काही वर्षं ते अबोल झाले होते. त्यांचं खळखळून हसणं मावळलं होतं. अनेक दिवसात तरी समारंभ झाला नव्हता. फारसं घरी कोणी येत-जातही नव्हतं; पण आजच्या ह्या प्रसंगी तरी अण्णासाहेबांनी असं उदासवाणं राहू नये, असं मंजूला वाटत होतं.

गेली पंचवीस वर्षं अण्णासाहेब लिहीत होते. लेखक म्हणून त्यांचा चांगला लौकिक झालेला होता. आजच त्यांना साहित्य अकादमीचं पारितोषिक मिळाल्याची बातमी प्रसिद्ध झाली होती. आणि तरीही अण्णासाहेब सुखी झाले नव्हते, हे विलक्षणच होतं.

रात्रीचे दहा वाजले. आता कोणी येणार नव्हतं. झोपायची वेळ झाली होती. आतल्या लिहायच्या खोलीत प्रकाश होता. वर अर्धी खोली अंधारी होती. अर्धी खोली प्रकाशात होती.

मंजू वडिलांच्या जवळ आली आणि हळुवारपणे म्हणाली, ''अण्णा, मी आता दिवा घालवते. फार दगदग झाली दिवसभर तुम्हाला. जरा निवांत पडून राहा. काही खाणार का?''

थकून गेलेले अण्णासाहेब खोल आवाजात बोलले, ''नको आता, बाबा. फक्त एक ग्लासभर दूध दे.''

''आणते....''

''आत्ता नको, अर्ध्या-एक तासानं दे. मग थोडं वाचीन आणि झोपेन. आज माझे डोळेही दुखताहेत.''

'' फार वाचता नं!''

''हो. पण दुसरं करायचं काय?''

हो. दुसरं करायचं काय? ह्या वर्ष-दोन वर्षांत लिहिणं संपलंच होतं. विचारलं, तर अण्णासाहेब उदास हसून म्हणायचे, ''मला आता नवीन काही सुचत नाही. लिहिण्यावरची माझी वासनाच उडाली आहे. माझ्या हातून आता काही होणार नाही.''

वाचन हा एवढा एकच उद्योग राहिला होता.

मंजूनं दिवा मालवला. खोलीचं दार ओढून घेतलं. पुस्तकांच्या सान्निध्यात अण्णासाहेब एकटे राहिले. डोळे मिटून स्वस्थ पडून राहिले.

त्यांचं सगळं शरीर मोरपिसासारखं झालं आणि काळ्या अंधारात तरंगत खोल जाऊ लागलं....

असं तरंगणं किती तरी वेळ, किती तरी खोल होत होतं.

– आणि खोलीचं दार वाजलं.

पार पिकलेला, हातात भरीव काठी घेतलेला म्हातारा आत आला. समोर येऊन थांबला. काठी वर उचलून, एक मूठ, एक हात जोडून वाकला. निरखून बघत खणखणीत आवाजात म्हणाला, ''दादा, मला वळखलं का?''

अण्णासाहेब चकित झाले. तोंड उघडं ठेवून बघत राहिले.

अरे, हा तर पाटील आबा. मातीतून शहाणपण घेऊन आलेला. त्यानंच नाही का आपल्या कादंबरीचा सगळा भार आपल्या म्हाताऱ्या खांद्यांवरून वाहिला?

चटकन अण्णासाहेब जागचे उठून दोन पावलं पुढं आले. म्हाताऱ्याच्या खांद्यावर हात ठेवून म्हणाले, "आबा, तुम्ही बरे आला? कसे आला तुम्ही? आश्चर्य आहे!"

"आलो. म्हटलं, भेटावं. वळख हाय का, बघावी!"

"वा-वा, बसा; बसा निवांत. थकला असाल."

म्हातारा 'रामा-रामा' म्हणत काठी आडवी समोर ठेवून बसला. खोलीभर बघत राहिला. त्याला अधू डोळ्यांनी सगळं पुसट दिसत असावं.

अण्णासाहेब नवल करीत होते. आपल्या पुस्तकातील हा म्हातारा प्रत्यक्ष का आला आज? इतकी माणसं येऊन गेली, पण हा येईल, असं वाटलं नव्हतं. कसा आला हा? आणि ह्याला कळलं कसं?

जोडून ठेवलेल्या पावलांवरची धूळ हातानंच झटकीत म्हातारा म्हणाला, "बघा, लई आनंद झाला मला ऐकून. थंड वाटलं जिवाला. मोठी बहादुरी केली तुम्ही, दादा. आपल्या मुलखाचं नाव दुनयेत केलं."

ह्या अडाणी म्हाताऱ्याकडून हे शब्द ऐकताच अण्णासाहेबांच्या अंगावर शहारे आले.

ते म्हणाले, "पण आबा, कठीण असतं मिळवणं... त्याहीपेक्षा जपणं. आणि बरं का, एक मिळवायसाठी धडपड करावी, तर दुसरं इतर माणसांना सहज मिळतं, ते आपल्या हातातून निसटून गेल्याचं ध्यानात येतं."

म्हातारा मान हलवून म्हणाला, "व्हय, व्हय, बाबा."

अण्णासाहेबांना शंका आली. आपण काय म्हणालो, ते ह्यांना कळलं का? का 'होय, होय' म्हणाले, ते कनवाळूपणानं – मुलाला म्हणावं, तसं? का, जन्मजात शहाणपणामुळं ह्यांना पूर्वीच कळलं आहे हे?

अण्णासाहेब म्हाताऱ्याकडे बघत राहिले.

दार उघडंच होतं. सावली यावी, तसा तो मुसलमानाचा गुबगुबीत पोरगा आला. गडबडीनं कोपऱ्यात जाऊन उभा राहिला आणि आवाज न करता हसला. गालात मुजलेल्या डोळ्यांनी अण्णासाहेबांकडं बघत राहिला.

अण्णासाहेब मोठ्यानं बोलले, "अरे, तुम्ही लोकांनी कमाल केली! तूही आलास?"

पोरगा म्हणाला, "व्हय, आलो! लई बघावं वाटत होतं तुमाला. बरे खुशाल?"

"हो-हो, खुशाल आहे. तुला काही फरक दिसला का?"

त्यानं वरपासून खालपर्यंत बघून घेतलं.

“जरा आंग टाकल्यावानी दिसतंय. ग्वाड वाटत नव्हतं का?”

“चालायचंच रे, तसं थोडं फार. बैस की. उभा का? बैस!”

चोळणा वर घेऊन, धुळीनं भरलेले नागवे पाय मुडपून, एखादं वासरू बसावं, तसा तो बसला.

धुरोळ्याचा आणि शिळ्या घामाचा वास खोलीभर हिंडला.

म्हाताऱ्यानं काठी उचलून पुन्हा खाली ठेवली.

पोरानं गुळगुळीत भिंतीवरून हात फिरवला.

तोवर तो सदा आला. ढांगुळा सदाशिव बगळ्यासारखे पाय उचलीत आला. आणि अण्णासाहेबांकडे हसऱ्या डोळ्यांनी बघत उभा राहिला. त्याच्या गळ्याची घाटी वर-खाली होत राहिली.

अण्णासाहेबांना भरून आलं.

“ये, सदा.”

सदा खुशीनं हसला. म्हणाला, “बायकू आमची म्हणाली, जाऊन भेटून या....”

“बरं झालं, आलास, ते. म्हातारी बरी आहे का? दिसतं का डोळ्यांना आता?”

कष्टी स्वरात सदा म्हणाला, “तुमाला पत्त्याच न्हाई, म्हना की. म्हातारी जाऊन लई दीस झालं, दादा.”

“गेली...? च्ऽ च्ऽ. मला कळलं नाही, रे....”

“कसं कळावं? तुमी कुनीकडं, आमी कुनीकडं? थकली हुती. गळून पडली.”

संभाषण इथं थोडं थांबलं.

पुन्हा पुढं घरंगळलं.

“तुझं बरं चाललंय? भगवंतरावाला भोसकलास. त्याचा काही खटला-खोकला पुढं?”

“झाला की, पर निर्दुषी सुटलो बघा, हां!”

“बरं झालं. भलतंच धाडस केलं होतंस!”

“भले, आमीच केलं व्हय आनी वर?”

“तेही खरंच!”

एवढं बोलणं होतं, न होतं, तोवर आणखी माणसं भरली. कुठून त्यांना

पत्ता लागला, कोण जाणे; पण चावडी, देवळापुढं ढोलकं वाजू लागल्यावर गर्दी जमावी, तशी माणसं जमा झाली.

इतरांसाठी सारख्या खस्ता खाणारी, शेवटचं आजारपण आल्यावर देवळात जाऊन पडलेली कुबडी सुंद्रा फाटकं लुगडं सावरीत येऊन बसली. चोऱ्या करणं हाच चरितार्थाचा धंदा असलेली मार्तंडा कोळी, लहानपणीच नवऱ्यानं टाकून दिलेली अहल्या, बहिरे कंपाऊंडर भावे आणि त्यांची वेडसर बायको, कोणत्याही जिवंत प्राण्याला मारण्याची इच्छा होणारा तो आडमाप गणू, सिनेमात काम करण्याच्या बदली काहीही सोडायला राजी असलेला भानुदास शिंपी....

बघता-बघता खोली गच्च भरली. बरीच माणसं जमा झाली. काही अडचणीत अंग मुडपून बसली. काही दाटीवाटीनं भिंतीशी उभी राहिली....

बाहेर अंधारी थंड रात्र होती आणि आत माणसांच्या श्वासांनी खोली कढत वाटत होती.

अण्णासाहेब म्हणाले, ''तुम्ही सगळे आलात, मला फार-फार बरं वाटलं, आनंद वाटला. हा विलक्षण सोहळा आहे. असे कधी जमाल, दिसाल, असं वाटलं नव्हतं. तुम्ही सगळी माझी माणसं... पुष्कळ लोक येऊन गेले; पण त्यांचं एवढं वाटलं नाही. तुम्ही आलात, त्याचं फार वाटलं....''

माणसं बोलत नव्हती, बघत होती... सगळे डोळे तेवढे दिसत होते आणि हालचालींचे आवाज येत होते.

मध्येच ती अहल्या खाली मान घालून बोलली, ''पण अण्णासाहेब, तुम्ही फार थकलेले भागलेले दिसता. तुम्ही बोलताय, पण गेला काळ आनंदाचा गेला, असं दिसत नाही तुमच्याकडं बघितल्यावर. आताही तुम्ही सुखी, समाधानी आहात, असं नाही वाटत.''

अण्णासाहेब थोडा वेळ गप्प राहिले. मनातल्या मनात त्यांनी शब्द जुळवले. दोन्ही हातांचे तळवे जोडून सर्वत्र नजर फिरवली. आवंढा गिळला. जड आवाजात ते म्हणाले, ''बरं का, तुमचा प्रश्न बरोबर आहे. माझं सगळं आता गेलं आहे. संपून गेलो. प्रसादापुरतासुद्धा उरलेलो नाही.''

''असं का म्हणता? तुम्हाला यश मिळालं. पैसे मिळाले. आरोग्य आहे. माणसानं आणखी काय अपेक्षा करावी? सुखी राहा, आनंदी राहा....''

''खरं आहे.''

''मग?''

अण्णासाहेब बराच वेळ खाली बघत बसले. मग तसेच बोलले, ''हे बघा... तुम्ही सगळेच ऐका. तुमच्यासाठी मी फार दिलं आहे. तुम्ही उभे राहिलात, ते

माझ्याच रक्तामांसावर, माझ्याच गुणा-अवगुणांवर, बरं का. तुम्ही उभे राहिलात, वाढलात आणि मी हळूहळू संपत गेलो....

"आता काही उरलेलं नाही. घडाला जन्म देऊन केळ जाते, तसा मी गेलो आहे... कळलं का?"

सर्व जण स्तब्ध होते. श्वासांचे आवाज तेवढे होत होते.

हे सगळं ऐकून जमलेल्यांना धक्का बसला होता. सुन्न शांतता होती.

मग पाटीलआबा सावकाश बोलला, "आता आमाला काही मागा. तुमचं करून घ्या आमाकडनं."

मान हलवून अण्णासाहेब म्हणाले, "तुमच्या हातात काही नाही. हा सृष्टिनियम आहे असं समजा, आणि आपापली आयुष्यं जगत राहा...."

हे बोलून झाल्यावर अण्णासाहेबांनी डोळे मिटून घेतले. पडदा पाडला. मागे रेलून स्वस्थ बसले.

मग फारच शांतता झाली. माणसं चित्रासारखी बसून राहिली.

एक-एक माणूस मुकाट्यानं उठू लागला. बाहेर पडू लागला. कुणी 'जातो', म्हणून निरोपसुद्धा घेतला नाही. शुद्धी हरपलेल्या आजाऱ्याच्या अंथरुणाभोवती जमलेली माणसं पाच-दहा मिनिटं बसून जशी जड मनानं उठून जातात, तसे सर्व जण उठून गेले.

कोणी राहिलं नाही. शुकशुकाट झाला.

अण्णासाहेब एकटे, एकटे राहिले.

– आणि दाणकन लक्षा वडर पुढ्यात येऊन हजर झाला. सहा फूट उंचीचा. छातीवर केसांचं जाळं असलेला, जंगली श्वापदाचा वास अंगाला असलेला लक्षा खांद्यावर चकचकीत फरशी कुऱ्हाड टाकून आला. त्याचे डोळे तांबारलेले होते, पण चेहऱ्यावर आनंद होता.

मिशांवरून हात फिरवून तो गडगडला, हसला. बोलला, "दादा! मी, बगा, खूश झालो. तुमी कुस्ती मारली. आता खांद्याव घिऊन मिरवू का तुमाला?"

"केव्हा आलास, लक्ष्मण? इतका वेळ दिसला नाहीस?"

"मी हा आताच आलो, दादा. म्हनलं, उशीर करून यावं. आज तुमच्याकडं जत्रा भरनार. लोक चिरमुरं-खोबरं उधळनार. आमी काय, चार शब्द सुखानं गोड बोलनार तेवढं!"

लक्षा भाडभाड बोलत होता. अण्णासाहेब वेगळाच विचार करीत होते.

"लक्ष्मण, तुझ्याकडं एक मागणं आहे माझं!"

"मागा की, सायेब! आज काय जीव मागाल, तरी दीन!"

"देशील?"

"हां-हां, बगा मागून. कसाही असलो, तरी वचनाचा धड हाय मी. जान जाईल, पर वचन न्हाई जायाचं!"

"तू फार धीट काळजाचा आहेस. मिशीवर पालथी मूठ फिरवीत चुलतभावाला कुऱ्हाडीनं तोडलास आणि मिशीवर पालथी मूठ फिरवीत जेलात गेलास!"

"हा, दादा, फाशी झाली असती, तरी मिशीवर पालथी मूठ फिरवीत फासावर गेलो असतो." छातीवर मूठ ठेवून तो म्हणाला, "ह्या जागी काळीज न्हाई. दगूड हाय!"

"वचनाचा धड आहेस तू!"

"हां."

"माझं एक मागणं आहे!"

"दिलं, म्हणून समजा!"

"ही फरशी चालव आणि मला मार. माझा प्राण घे, लक्ष्मणा!"

ह्या विलक्षण मागणीनं लक्ष्मण थक्क झाला. खांद्यावरची फरशी खाली टाकून पुढं वाकला. म्हणाला, "दादा, काय मागता तुमी हे? अहो, तुमाला कसं मारू? काय गुन्हा तुमचा?"

"तुझा काही गुन्हा मी केला नाही, पण माझं मागणं पुरं करायचं, म्हणून मार."

"पर, दादा...."

"अरे, काही माणसांना, आता आयुष्याचं काय करायचं, असा प्रश्न पडलेला असतो. त्यांचं आयुष्य संपवण्यात काही पाप नाही. तुझा शब्द पाळ. मी तयार आहे. अस्सा बसून राहीन शांत....!"

अण्णासाहेब डोळे मिटून बसून राहिले.

वडरानं त्यांच्या पायाला हात लावला आणि फरशी उचलली.

हातावर थुंक टाकून एकच घाव घातला!

दहा केव्हाच वाजून गेले होते. सहज अंथरुणावर पडलेल्या मंजूचा डोळा लागला होता. ती तटकन जागी झाली आणि अण्णासाहेबांना दूध द्यायचं राहून गेलं, याची आठवण तिला झाली. प्रथम तिनं भराभरा अण्णासाहेबांचं अंथरूण घातलं. कॉटची मच्छरदाणी पाडली. उशीवर मोगऱ्याची फुलं ठेवली.

दुधाचा ग्लास घेऊन ती आली. दार अजून बंद होतं. ते तिनं हळूच उघडलं. बटण दाबून दिवा लावला. अण्णासाहेब कोचावर झोपले होते. चेहरा शांत होता. दोन्ही हात छातीवर जुळलेले होते.

मंजू हलकेच म्हणाली, "अण्णा! अण्णा... झोप लागली का?"

मंजूनं जवळ जाऊन त्यांच्या खाद्यांवर हात ठेवला.

"अण्णा...."

मग घाबऱ्या-घाबऱ्या भराभर तिनं अण्णासाहेबांच्या हाताला, कपाळाला हात लावून पाहिला.

अण्णासाहेब केव्हाच मरून गेले होते.

■

'सत्यकथा', नोव्हेंबर १९६६.

दुपारचे अकरा वाजून गेले होते.

बाहेर चिटचिट पाऊस लागून राहिला होता आणि आपल्या चार खणी छपरात गंगाबाई गप्प बसून राहिल्या होत्या.

पाण्याची घागर आणतो, म्हणून शंकरअण्णा ओढ्यावर जाण्यासाठी बाहेर पडले.

गंगाबाईंचा सगळा जीव गोळा होऊन आला. शंकरअण्णांच्या पावलांचा आवाज येतो आहे, तोवर त्या कशाबशा तोल सावरून बसल्या; पण पावलांचा आवाज विरत-विरत जाऊन ऐकू येईनासा झाला आणि त्या काळोखाच्या खोल डोहात अगदी तळाशी गेल्या. जीव घाबरा झाला. पायाखालून वाळू सरकू लागली. कशाकशाचा आधार सापडेना. कण्हल्या आवाजात, वरचेवर देवाचं नाव ओठांतून बाहेर येऊ लागलं.

"रामा, रामा, रामराया बाबा!"

पण रामराया धावून यावा, एवढी कुठली पुण्याई गाठीशी होती?

सेवा

उपास-तापास, व्रतं-वैकल्यं सगळ्याच बायका करतात, त्यापेक्षा जास्ती कधी काही केलं नाही. बाळंतपणं, दुखणीभाणी, पोरंबाळं करता-करता आजवरचं आयुष्य गळून, झिरपून गेलं.

'किती खस्ता खाल्ल्या ह्या मुलांसाठी, कुठं आहेत आता ती?'

पोरगी वयात आली, तेव्हा लोक म्हणायचे, कसली ही वेडीविद्री पोरगी. रूप नाही, अंग नाही, हुंडा द्यायला जवळ पैकाही नाही. हिला कोण पत्करायचं?

पण झालं. बिजवर का होईना; पण पोरगी उजवली. लग्न झालं. चार बाळंतपणंही झाली.

रामाचं शिक्षण होईल, असं कधी वाटलं नव्हतं. सातवी इयत्ता पास होऊन पोरगं इथं खेड्यात राहिलं. म्हशीमागं हिंडू लागलं. सगळे नावं ठेवायचे : 'गंगाबाई, हेच करायचं का मुलानं जन्मभर?'

पण पोरानंच मनावर घेतलं. शिळं तुकडं खाऊन तालुक्याच्या वाऱ्या केल्या. वर्षांत तीन इयत्ता केल्या, आणि नोकरी लागली. कोल्हापूरला असतो. तीन मुलं झाली; पण आईबापांविषयीची माया नाही तुटली. महिन्याच्या महिन्याला पंधरा रुपयांची मनिऑर्डर येते. आणखी काय करायचं त्यानं?

धाकटा विनू पोलिसात लागला. तोही बदल्यांच्या गावी हिंडतो. लग्न नाही अजून. होईल. मुलाच्या लग्नाची काळजी कसली? कसंही होईल.

सखाराम असला वेडसर, डोक्यानंच अधू; पण तोही पाटकरी म्हणून धरणावर लागलाय.

सगळ्यांचं नीटनेटकं झालं.

आता, चार दिवस सुखानं घालवावे म्हटलं, तर देवानं दृष्टी काढून घेतली. आंधळी भिंत होऊन बसले!

गंगाबाईंचं काळीज धडधडू लागलं. पायाखालची जमीन आणि मागे आधार घेतलेली भिंत डळमळू लागली.

''रामा, रामराया, बाबा!''

बाहेर खोकला ऐकू आला. शंकरअण्णा घागर घेऊन परतले.

उंच काठीसारखा देह. वाळून-वाळून गेलेला. कपाळावर आडव्या रेषा, पांढऱ्या खुंटांनी दाढी भरून गेलेली, तोंडात दात नाहीत, पुष्कळ दिवस झाले दात जाऊन, पण सदा हसतमुख. दात न आलेल्या लहान मुलांच्या हसण्यासारखं ते हसणं वाटायचं.

शंकरअण्णा खोपटातून वाकून आत आले. घागर ठेवून म्हणाले, ''आता चहा करतो पहिल्यांदा आणि मग लागतो स्वयंपाकाला!''

कातिणीचं घर ओठाला लावून आवाज काढावा, तसा शंकरअण्णांचा आवाज होता. कापरा, उंच.

खोल अंधाऱ्या आडात उन्हाचा कवडसा पडला.

गंगाबाईंनी अंग सावरलं, सहज म्हणून गेल्या, ''तुम्ही कशाला? मी करत्ये की!''

यावर शंकरअण्णा निर्मळ हसले. उंच आवाजात म्हणाले, ''तुला जमणार आहे, होय? काही दिसत नाही. आणि चुलीपुढं बसून चहा करतीस?''

होय की! आपल्याला दिसत नाही, हे अजून विसरायला होत होतं. वाटायचं,

चहा करणं ते काय, आत्ता करेन. त्याला दिसायलाच कशाला पाहिजे? स्वयंपाक-पाणी ही कामं नाही जमायची, निवडणं-टिपणं नाही जमायचं. आमटीत तिखट-मीठ घालणं नाही सुधारायचं; पण चहाचं काय एवढं कठीण आहे? उगीचच नको म्हणतात.

चुलीकडून आवाज येत होता, तिकडं मान वळवून गंगाबाई म्हणाल्या, "मला काहीच करू द्यायचं नाही, असं ठरवलंय का?"

"पुष्कळ केलंत की आत्तापर्यंत!" पुन्हा ते हसणं.

गंगाबाई ह्यावर सुस्कारा सोडून म्हणाल्या, "हं...."

त्या सुस्काऱ्याचा अर्थ कळून शंकरअण्णा म्हणाले, "अगं, देवानं दिलेला भोग निमूट भोगावा. आणि आता काय पाह्यचं राहिलं आहे तुझं? सगळं कडेला लागलं आहे!"

"मी कुठं नाही म्हणते?"

"मग झालं तर!"

चहाचा कप आणून शंकरअण्णांनी बायकोच्या हातात दिला. दोन्ही हातांनी कप घट्ट धरून, गंगाबाई फुंकून-फुंकून चहा पिऊ लागल्या.

चहा संपला, तशा म्हणाल्या, "आणा... तुमचाही कप विसळून टाकते."

दोन्हीही कप छातीशी धरून, अंधार चाचपत मोरीशी जाऊन त्यांनी कप विसळले. भिंतीकडेला पालथे घातले.

एवढं तरी आपल्याला करता येतं, याचं समाधान वाटलं.

लुगड्याला हात पुसून त्यांनी विचारलं, "काही तरी सांगा मला! काय करू?"

"काही करू नकोस. स्वस्थ चित्तानं बैस. मी करतो सगळं."

– आणि मग फासळ्या वर दिसणाऱ्या शरीरानं शंकरअण्णा चुलीपुढं बसले. तोंडातल्या तोंडात काही गुणगुणत त्यांनी भाकरीचं पीठ मळलं.

चुलीवरच्या तव्यावर पाण्याचा शिडकावा देऊन चर्र आवाज येताच, हातावरची भाकरी तव्यावर टाकली.

गंगाबाईंना राहवेना. त्या म्हणाल्या, "वैलावरची डाळ शिजली असेल, बघा. वास येतोय."

मागे डोळे धड होते, तेव्हासुद्धा महिन्यातून चार दिवस चुलीपुढं बसण्याचं काम शंकरअण्णांना करावं लागे. लहानधाकटी मुलं होती, त्यापैकी कुणाला काही येत नव्हतं. मग स्वयंपाकपाणी सारं शंकरअण्णाच करीत.

गंगाबाई एखाद्या लहान मुलाला सांगावं, तसं सारखं काही सांगत, "हं, त्या

वरच्या डब्यातले तांदूळ घ्या, दोन वाट्या, पुरे. ते... ते तपेलं घ्या. ते नव्हे, ते शेजारचं. तसंच नको ठेवायला चुलीवर, जळेल. थोडी माती लावा.''

यासारख्या सांगण्याचा शंकरअण्णांना कंटाळा येई. ते काकुळतीनं म्हणत, ''अगं, मला माहीत आहे सगळं. मी करतो. तू आपली स्वस्थ चित्तानं बसून राहा बघू.''

यावर गंगाबाईंचा पारोसा, गोल चेहरा उजळून जाई. थोडकं हसून त्या म्हणत, ''मला मेलीला सांगितल्यावाचून राहवतच नाही.''

''सारखं-सारखं कशाला सांगत राहावं? हवं तेव्हा मी विचारतो आहेच की!''

''होय, पण माझं तोंड राहत नाही!''

आता काही दिसतच नव्हतं. काय सांगायचं?

वासावरून डाळ शिजल्यासारखी वाटली, तेवढं बोलल्या.

शंकरअण्णा नुसते 'हूं' म्हणाले आणि भाकरी थापटत राहिले.

गंगाबाई पुन्हा अंधारात गेल्या. अंग चोरून बसून राहिल्या.

शंकरअण्णांनी सारं नीट केलं. त्यांना आता सवय झाली होती. बरं, पेन्शन मिळाल्यामुळं खेडेगावात करमणूकही नव्हती. घरचं केलं, म्हणून बिघडतं कुठं? त्यात त्यांना कमीपणा नव्हता. उलट, गंगाबाईंवर असलेल्या मायेनं ते सगळं व्यवस्थित करीत.

त्यांनी भाकरी केल्या. कालवण केलं. मूठभर हिरव्या मिरच्या परतून चटणी केली. दोघांचं वाढून घेतलं. सगळं मनासारखं झालं, तेव्हा गंगाबाईंपाशी येऊन म्हटलं, ''हं, चला. जेवून घेऊ.''

हाताला धरून त्यांनी बायकोला पानावर आणून बसवलं.

पान चाचपत-चाचपत गंगाबाई जेवू लागल्या; पण आज त्यांना अन्न नको-नको वाटत होतं.

आपण स्वत: केलेल्या स्वयंपाकावर शंकरअण्णा खूश होते. पानावर वाकून-वाकून ते आमटीचे भुरके मारत होते आणि मधेच थांबून विचारीत होते, ''झाली आहे ना फक्कड आमटी?''

भावहीन डोळ्यांनी समोर बघत गंगाबाई म्हणाल्या, ''होय. हो. मला मेलीला चवदार स्वैपाक कधी जमलाच नाही. तुम्ही सगळे गोड मानून घेत आला; पण माझ्या करण्याला चव कसली ती नव्हती.''

यावर खूऽखूऽ हसून शंकरअण्णा म्हणाले, ''चांगलं म्हणण्याची ही पद्धत

कुठली गं, तुझी?''

जेवणं होताच पुन्हा गंगाबाईंनी घाईघाईनं ताटं आवरली. त्यांना सारखी भीती वाटत होती की, ताटं-वाट्यासुद्धा हे घासू द्यायचे नाहीत. बाहेर येऊन त्यांनी कोपऱ्यातलं शेण शोधलं. शेणगोळा लावून घेतला. बराच वेळ घेऊन ताटं-वाट्या घासल्या.

शंकरअण्णांनी पाणी दिलं. ताटं-वाट्या लावून ठेवल्या आणि लहानसा तृप्तीचा ढेकर देऊन ते मांडी घालून स्वस्थ बसले.

सतरंजीवर थाप टाकून म्हणाले, ''लवंडा तुम्ही थोड्या आता!''

''छे, हो!''

''का?''

''कधी सवय होती का?''

''म्हणून काय झालं? लवंडा. पाऊस थोडा उघडलाय. मी शेतातून चक्कर मारून येतो.''

''आत्ता? सावकाशीनं जा. दुपारचं काय नडलंय?''

''हीच वेळ महत्त्वाची असते. दुपारचं कोणी नाही बघून फाजील लोक पिकात गुरं सोडतात – आत्ता परत येतो. लांब का जायचं आहे कुठं?''

– आणि थोडा वेळ काही गुणगुणून शंकरअण्णा बाहेरही पडले.

त्यांच्या पावलांचा आवाज विरला. गंगाबाईंना एकदम एकाकी वाटू लागलं. जागचं हलण्याची भीती वाटू लागली. उघड्या दारातून कोणीतरी घरात शिरेल, असं वाटू लागलं. चाचपडत-चाचपडत त्या उठल्या आणि दार पुढं करून पुन्हा आत जाऊन बसल्या.

अंधाराच्या डोहात गटांगळ्या खाता-खाता दुपार झाली. जीव गुदमरून गेला. आणि एकाएकी पलीकडे असलेल्या भोईट्याच्या घराकडून रडारड ऐकू आली. गंगाबाईंच्या छातीत धस्स झालं. काळीज फडफडत राहिलं.

धीर करून गंगाबाई जागच्या उठल्या, त्यांनी दार उघडलं. अंगणात येऊन उभ्या राहिल्या.

भोईट्याचं घर समोरच होतं. वाटेच्या पलीकडं. तिकडून रडारड ऐकू येत होती.

कातर स्वरात गंगाबाई पुटपुटल्या, 'रामा, रामा! कुणी गेलं काय भोईट्याच्या घरातलं!'

रस्त्यावर दाणदाण पावलं वाजत होती. घाईघाईनं माणसं भोईट्याच्या घराकडं येत होती.

गंगाबाईंच्या जवळून कोणी तरी चालत आलं. उभं राहिलं.

"कोण ते?"

"मी, हो, काकी... इटुबा."

"काय झालं, हो?"

"भोईट्याची तानू गेली...."

"आँ? कशानं, हो, एकाएकी?"

"काय, आज सकाळधरनं बघा खपली बडवत होती. जेवण नाही, खाण नाही. ताटून-ताटून गेली बाई कामानं आन् सोप्यात येऊन जी निजली, ते परानच गेला!"

"अरे देवा!"

भोईट्याच्या तानूला गंगाबाई कित्येक वर्षं ओळखत होत्या. रंगानं काळी कुळकुळीत, अंगानं सुकट-बोंबलासारखी आणि ताड-माड उंच अशी बाई म्हणजे मुकं ढोरच होतं. सदान्‌कदा जिवापाड काम करत राहण्यापलीकडं तिला दुसरं काहीच माहीत नव्हतं. नवऱ्याला दया-माया नव्हती. तो तिला क्षणभर बसू देत नसे. दावणीच्या बैलाला मिळते, तेवढीसुद्धा विश्रांती त्यानं कधी बायकोला घेऊ दिली नाही. ही दुसरेपणाची बायको होती. तिला मूलबाळ काही झालं नाही. पहिल्या बायकोपासून झालेला एकुलता एक लेक मुंबईला गिरणीत होता. त्याला दया यायची, लुगडं-चोळी पाठवायचा. बापाला म्हणायचा, "तिला किती राबवून घेता? थोडं तरी सुख घेऊ द्या की!"

पण बापाला मायाच नव्हती. ऊठसूठ शिव्या देऊन, लाथाबुक्या घालून तो तानूकडून काम करून घ्यायचा. चार खण घर बांधलं, तर चिखल करण्यापासून ते धाब्यावर पेंड टाकेपर्यंत सगळी कामं तानूनंच केली. गेले दोन दिवस खपली बडवण्याचं काम तिला दिलं होतं. रागारागानं ह्या बाईनं आज इतकं काम केलं होतं की, श्रमाचा अतिरेक होऊनच तिचा प्राण गेला होता. सुटली होती बिचारी.

तिसऱ्या प्रहरी शंकरअण्णा परत आले. भोईट्याच्या घरची बातमी ऐकून त्यांना वाईट वाटलं. 'असो, प्रभूची मर्जी' म्हणून ते घरात आले आणि मऊ आवाजात म्हणाले, "उशीर झाला मला. चहा करतो आता."

– आणि आल्या-आल्या ते चूल पेटविण्याच्या खटपटीला लागले.

गंगाबाई एकदम जागच्या उठल्या आणि चाचपडत त्यांनी शंकरअण्णांचे पाय शोधले. त्या वाळल्या पायांना मिठी मारली आणि गहिवरून रडत त्या म्हणाल्या, "अहो, आता मला ही उलटी सेवा नको. मला मरून जाऊ द्या. मला लाज वाटते... सगळं तुम्ही करता, मी आपली बसून खाते, हे मला सहन होत नाही!"

■

'केसरी', दिवाळी पुरवणी, १८ ऑक्टोबर १९६३.

आषाढातली दुपार. आभाळ निर्मळ होतं. वारा शांत होता. रानपाखरं गिरक्या घेत उडत होती. पेरण्या नुकत्याच झाल्या होत्या. काळ्या रानातल्या काकोऱ्यांतून जोंधळ्याचे कोंब वर डोकं करून निर्मळ आकाशाकडं बघत होते. ऊन खात-खात पाखरांची गाणी ऐकत होते.

सगळीकडं शांतता होती. बांधावरचं हिरवं गवत वाऱ्याच्या झुळकीनं डुलत होतं आणि प्रेमात सापडलेल्या तरुणीच्या श्वासाप्रमाणं आवाज करीत होतं!

आपल्या लहानशा शेताच्या तुकड्यात रामा काम करीत होता. त्याची बायको आणि दोन मुलं त्याला मदत करत होती. मिरच्यांची हिरवीगार रोपटी ओळीत उभी होती आणि त्यांच्या मेळाव्यात बसून हे कष्टाळू कुटुंब कोळपत होतं.

रामाचा खुरप्याचा हात सरासरा चालला होता. मिरच्यांना मारणारं तण उपटून पडत होतं. रामाची बायको रोपट्यांच्या बुंध्यांना माती लावत होती. दोन्ही

कागद

मुलं हातांनीच तण उपटीत होती. चौघंही आनंदी होते. काम करताना त्यांची तोंडं आनंदानं फुललेली होती.

मिरच्यांची हिरवीगार रोपटी, त्यावरची बारीक पांढरी फुलं आणि नखाएवढ्या कोवळ्या मिरच्या यांचा तिखट वास हुंगीत त्यांचा उद्योग चालला होता. कुणीच बोलत नव्हतं.

मग मध्येच लहान मुलीला आठवण झाली. एक रोपटं कुरवाळीत ती म्हणाली, "आये, दादा लई हरकला असता ह्या मिरच्या बघून. पयलं तरव त्येच्या हातानंच टाकलं हुतं!"

आईचा हात क्षणभर थांबला. लुगड्याच्या पदरानं नाक पुसून हलक्या आवाजात ती पुटपुटली, "देवा इटुबाराया, खुशालीचा कागद येऊ दे आज! परदेशी झालंय माझं लेकरू, त्याला सुखात ठेव!"

रामाचा हात थांबला. बायकोकडं बघून तो गरजला, "हं, पुढं बघून काम करा!"

– आणि तळहातावर थुंक टाकून दुप्पट जोरानं कोळपू लागला. त्याच्या उघड्या दंडावरच्या बेडक्या मागं-पुढं हलत राहिल्या.

मोठा मुलगा गप्प झाला. दूरवरच्या निळ्या डोंगराकडे बघत आईला म्हणाला, "मला ठावं हाय. दादा मानी हाय. ततं काम लागून हाकडं पाठवन्याइतका पैका हातात आल्याबिगार त्यो कागुद धाडनार न्हाई, न्हाई धाडनार त्यो!"

मग पुन्हा सगळी निमूट कामाला लागली. खाली माना घालून हात चालवू लागली.

बराच वेळ कुणी बोललं नाही. मग आईनं लहान पोरीला एकदम आपल्या जवळ ओढून घेतलं. तिच्या फुगीर गालाचा मुका घेऊन ती बोलली, "व्हय, गं, माजे सोने! रानात त्याचा लई जीव! हिरवं पीक बघतलं की, सोनं बघतल्यासारखा त्यो हरकतो! पर आता मंबईला कुटलं पीक अन् रान बघाय मिळतंया?"

यावर कुणीच उत्तर दिलं नाही. वारा हलकेच वाहत राहिला. गवताची पाती डुलत राहिली. रानपाखरं गात राहिली!

रामाच्या थोरल्या मुलाबद्दल ही बोलणी चालली होती. नुकताच तो कामासाठी मुंबईला गेला होता. जमिनीच्या तुकड्यात वर्षभर राबूनही पोटभर नव्हतं, म्हणून कमाईसाठी रामानं त्याला परदेशी धाडला होता. गेल्यापासून त्याचं फक्त सुखरूप पोहोचल्याचं एकच कार्ड आलं होतं. आजपर्यंत आपलं खेडं सोडून तो कुठं बाहेर गेला नव्हता. त्याला परदेश माहीत नव्हता. सरळसडक मनाचा तो रांगडा पोर आपलं घरादार सोडून, आई-बापांपासून दूर गेला होता. गाईपासून पाडस दुरावलं होतं.

मग एकाएकी हळी ऐकू आली. हात थांबवून सगळ्यांनी पाहिलं, रामाचा शाळा शिकणारा पोरगा धावत येत होता. त्याच्या पाठीमागं कुणी नवखा बापई होता.

चौघंही काम सोडून उभी राहिली. आश्चर्यानं, कुतूहलानं बघू लागली.

पोरगा धावत होता, हात वर करून आनंदानं ओरडत होता.

"ए!" रामा ओरडला, "साळा सोडून रानात का आलास?"

"कागद! कागद!" पोरगा दुरूनच ओरडला, "दादाचा कागद आलाय मंबईसनं!"

आईनं खुरपं खाली टाकलं आणि धडधडत्या छातीवर दोन्ही हात दाबले. रामानं आवंढा गिळला आणि उघडी छाती मातीनं भरलेल्या हातानं चोळली. काळी माती ओंजळीनं उधळीत पोरं ओरडली, "कागद, दादाचा कागद!"

मग पोरगा आणि बापई जवळ आले. तो टपालवाला होता. तालुक्याहून आला होता. गळ्यात लटकवलेल्या कातडी पोतडीतून कागद बाहेर काढीत तो म्हणाला, "राजा संभू तुम्हीच का? मुंबईहून तुमच्या मुलानं वीस रुपयांची मनिऑर्डर केलीय. पैशे धाडलेत तुम्हाला!"

"आन कागद? कागद न्हाई का धाडला?" आईनं घाईनं विचारलं.

"तोही धाडलाय." हसत-हसत टपालवाला म्हणाला, "पहिल्यांदा पैसे घ्या. मग कागदही देतो. सही येते का करायला, रामा?"

रामानं मान हलवली, अपराधी स्वरात तो म्हणाला, "न्हाई. आम्ही अडानी लोक. हातात लेखनी जल्मात कंदी घेतली न्हाई!"

"ठीक-ठीक, मग आंगठा द्या!"

मातीचे हात झाडून रामा पुढं झाला. टपालवाल्यानं एका रुंद दगडावर कागद ठेवला. शाईचं पॅड पुढं केलं. रामाचा थरथरता आंगठा आपल्या हातानं धरून दाबला आणि उठवून घेतला. दहा-दहाच्या दोन नोटा आणि एक पेन्सिलीनं लिहिलेलं कार्ड रामाच्या हाती ठेवून तो निघून गेला.

आई कापऱ्या आवाजात बोलली, "माजा गुनाचा बाबा, माजा गुनाचा ल्योक!"

पोरं हसू लागली. आनंदानं चेकाळून उड्या मारू लागली. रामा खाकरला आणि हलक्या आवाजात बोलला, "शेरडी... शेरडीसाठी खर्च होनार हे पैसं!"

त्यावर मान हलवून थोरला मुलगा ओरडला, "नाय, बाबा! मला धडुती शिवा, पटका घ्या!"

लहान मुलगी किंचाळली, "आँ, आमाला फडका...."

"गप बसा, रं!" आईनं त्यांना दटावलं आणि काळजीच्या स्वरात विचारलं, "कागद. बघा, काय लिवलंय त्यात!"

रामानं हातातलं कार्ड शाळेत शिकणाऱ्या पोराकडं केलं, त्यात हात कापत होता, "वाच, रं! बघ काय म्हनतोय दादा!" हे बोलताना त्याचा घसाही भरून आला होता. डोळे पाणरलेले होते.

पोरानं ते घेतलं, उलट-पालट करून बघितलं आणि त्याचं तोंड गोरंमोरं झालं, ते बघून सर्वांचीच तोंडं काळवंडली!

"वाच, पोरा!" रामा बोलला.

थरथरत्या ओठांवरून जीभ फिरवून पोरगा वाचू लागला :

'रामा संभू विभूते, रहणार बलवडी यांस मुंबईहून गणा रामा विभूते यांचा दंडवत. पत्र लिहिण्यास कारण की, आम्हाला इथं गोदीत हमालीचं काम मिळालं हाये. काम जड हाये, रोज आठ-दहा आणे कमाई होते. घराकडची फार-फार

सय होते. औंदा मळ्यातली पिकं बरी हायेत का? मिरच्या, कशा हायेत? आईला दंडवत. म्हादा, हरिबा, जनाबाई ह्येंची सय लई होते....'

कागद वाचून संपला. बराच वेळ कुणी बोललं नाही. हललं नाही, मग रामा हळूच उठला. हातातल्या नोटांकडं बघत बोलला, "पैसं पाठवल्याचं नाव न्हाई कागदात – का असं, कशाबद्दल?"

"इस रुपय!" आई म्हणाली "एवढं कमवन्यापायी किती काम करावं लागलं असंल! गुरावानी माजं बाळ राबलं असंल!"

रामानं तोंड फिरवलं, दारू घेतलेल्या माणसासारखा तो चालू लागला. पोरं आणि आई गप्प बसून राहिली. त्यांचा आनंद कुठल्या कुठं नाहीसा झाला. खाली माना घालून ती उगाच बसून राहिली.

काही वेळानं एकानं वर बघितलं आणि भिऊन तो ओरडला, "बाबा कुटं गेला?"

सगळ्यांनी मान वर करून बघितलं.

रामा आपल्या शेतातून दुसऱ्या शेताच्या बांधावर गेला होता. हात जुळवून आणि छातीवर मान टेकून उभा होता. पोरांकडं त्यानं पाठ केली होती, तरी तो रडतोय, हे त्यांना कळत होतं. गेल्या साली दुभती गाय मेली, तेव्हाही तो असाच उभा राहिला होता.

दातावर दात गप्प आवळून मोठा मुलगा ताडकन उठून उभा राहिला आणि बावरल्या डोळ्यांनी बापाकडं बघू लागला. पोरगी उठली आणि एकाएकी गळा काढून रडू लागली.

मग आईनं सगळ्या लेकरांना पोटाशी धरलं आणि भरल्या आवाजात ती बोलली, "देवा इटुबाराया, का रं माजं पोर वनवाशी केलंस? का देशोधडी लावलंस?"

– आणि मोठा गळा काढून ती माय-लेकरं रडू लागली.

इतका वेळ सुंदर दिसणारं ते रान आणि आकाश एकाएकी कुरूप झालं!

■

'दीपज्योत', दिवाळी अंक, १९४९.

बाबुराव देशमुखांचा पत्ता लावणे हे काम मला सुरुवातीला वाटले होते, त्यापेक्षा जास्त कठीण होते. रंगभूमीवर काम करण्याचे सोडून त्यांना फार वर्षे झाली होती. ते कुठे असतात, काय करतात, याची माहिती कुणाला नव्हती.

बराच तपास केल्यावर पत्ता लागला की, अलीकडे काही वर्षांपासून ते हैदराबादला असतात. अमुक-अमुक भागातील एका जुन्या चाळीत खोली घेऊन एकटेच राहतात. कुठे नोकरीला नव्हते. परिस्थिती हलाखीची होती.

निश्चित पत्ता घेऊन मी हैदराबादला पोहोचलो. चाळ शोधून काढली. अगदीच दरिद्री वस्ती होती. बहुसंख्य मराठी कुटुंबेच इथे राहत असावी. नक्की गाठ पडावी, ह्या उद्देशाने मी संध्याकाळ टळून गेल्यावर त्यांच्या तपासासाठी गेलो होतो. चाळ सापडता-सापडता आणखी उशीर झाला होता. चाळीच्या जिन्यावर दिवे नव्हतेच. नाना तऱ्हेचे शिळे वास मात्र रेंगाळत होते. पायऱ्या चढता-चढता मला सारखे वाटत होते की, आपल्याला मिळालेली माहिती बहुधा चुकीची

। पडद्यामागचा प्रवेश ।

असणार. एके काळी आपल्या गाण्याने आणि अभिनयाने मराठी नाट्य-रसिकांना वेड लावणारा हा श्रीमंत नट इथे कसा सापडेल?

आमच्या मालकांनी त्यांचे किती वर्णन केले होते, "फार रसिक माणूस. हौस, मौज, भोग काही ठेवलं नाही करायचं. गोविंदराव माहीत आहेत ना? बस्स, तो टाईप! उत्तम गाणं, दिसायचे राजबिंडे. पण काय दैवयोग असतात, बघा. बेळगावला जाताना मोटारीला अपघात झाला आणि त्यांच्या घशाला नेमका पत्रा लागला.

"बरे झाले त्यातनं, पण गाण्याचा आवाज गेला! साधं बोलणंसुद्धा इतकं घोगरं, कानाला चमत्कारिक की, गद्य कामंसुद्धा करता येऊ नयेत. काय करणार कोण? मग इकडं-तिकडं पुष्कळ उद्योग केले. चरितार्थासाठी नाही तिथं नोकऱ्या केल्या, त्या जमल्या नाहीत. फार निराश झाले. आणि अचानक मुंबई सोडली. पुन्हा आजतागायत दिसले नाहीत कुठं."

आज मी बाबुरावांना मुंबईला नेण्यासाठी आलो होतो. तिसऱ्या मजल्यावरील

सात नंबरची खोली आली. दार बंद होते, पण खिडकीतून आत दिवा असल्याचे दिसले. मी दार वाजवले.

बंद दार उघडून एक वयस्कर गृहस्थ बाहेर आले, त्यांना पाहताच मला धक्का बसला. वाटले, केवळ अशक्य! एके काळी प्रेमाबाईंबरोबर नायकाचे काम ह्या माणसाने केले असेल? उंचीने उत्तम असलेल्या ह्या माणसाच्या डोक्यावरचे सगळे केस पिकून गेले होते. अंगात घामाने कडक, पिवळा झालेला हातवाला गंजिफ्रॉक होता. खाली सैल अशी पातळ पांढऱ्या कापडाची, नाडीची चड्डी होती. डोळ्यांवर अजून चष्मा नव्हता, अंगकांती तुकतुकीत होती.

मी विचारले, ''बाबुराव देशमुख इथंच राहतात का?''

मला मनोमनी वाटले की, मी तो नव्हे, असे त्यांनी सांगावे; पण त्यांनी मान हलवून होकार दिला.

''मीच.''

''नमस्कार. मी यशवंत प्रभू, संपदा नाटक मंडळीचा मॅनेजर.''

त्यांचा चेहरा फार गोंधळलेला दिसला.

मी खुलासा केला, ''कंपनीनं पाठवलं आहे मला. आपल्याकडं काम होतं.''

इतका वेळ दारात उभे राहून बोलणारे बाबुराव, ''या-या'' म्हणत आत गेले. मी बुटाचे बंद सोडू लागताच म्हणाले, ''असू द्या, चालेल.''

दहा बाय बाराची एवढीशी खोली सामानाने गच्च भरलेली होती. रसायनाचा वास आला. धुतलेल्या निगेटिव्ह्ज लाकडी चापानं तारेला लावून लटकावलेल्या होत्या. खोलीच्या एका कोपऱ्यात हार्डबोर्डाची छोटी डार्करूम होती.

हा सगळा पसारा पाहून फोटोग्राफी हा बाबुरावांचा चरितार्थाचा उद्योग असावा, असा अंदाज मी केला.

मळके कपडे इथे-तिथे लोंबत होते. गृहिणीचा हात फिरत असावा, असे दिसले नाही.

खोलीत एकच एक आरामखुर्ची होती. तिच्यावर मला बसवून बाबुराव समोरच्या कॉटवर बसले. आता त्या अर्ध्या चड्डीची त्यांना लाज वाटत असावी. अंगाचा संकोच करून ते बसले होते. चेहरा अद्याप गोंधळलेला होता.

मी म्हणालो, ''आपण आणि प्रेमाबाईंनी एके काळी गाजवलेल्या 'देवांगना' नाटकाचे प्रयोग आम्ही पुन्हा चालू करतो आहोत.''

''होय का? अरे, वा!''

एवढं बोलून ते केवळ उदास हसले.

त्या हसण्याचा नेमका अर्थ मला लागला नाही.

''आमची अशी कल्पना आहे की, पहिला अंक झाल्यावर मालकांनी तुम्हा

दोघांना पुष्पगुच्छ द्यायचे. एक पब्लिसिटीचा प्रकार म्हणा ना. प्रेक्षकांना फार आनंद होईल, तुमची जोडी स्टेजवर पुन्हा पाहिल्यावर!''

बाबुराव घाईने बोलले, ''छे, छे! अहो, आता काय राहिलं आहे पहिलं!''

कॉटवरच्या चादरीला पडलेल्या सुरकुत्या त्यांनी साफ केल्या आणि दुःखी चेहरा करून कुठेतरी बघत राहिले.

मला फार अवघडल्यासारखे वाटले. ह्या माणसाला आता पुन्हा दिव्याच्या झगझगीत प्रकाशात येणे नको आहे, तर त्याला आपल्या स्वार्थासाठी कशाला तिथे ओढायचे, असे वाटले. पण ज्या कामासाठी तिथून इथे आलो होतो, ते पुरे करणे माझे कामच होते.

''मालकांनी मला सांगितलं आहे की, फूल ना फुलाची पाकळी म्हणून आम्ही आपल्याला पाचशे-एक रुपये देऊ. जाण्यायेण्याचं पहिल्या वर्गाचं भाडं देऊ. आणि 'काही कपडे वगैरे त्यांनी घेतले, तर त्याचाही खर्च कंपनीतर्फे करा,' असं म्हणालेत.''

बाबुराव फार नर्व्हस दिसले. त्यांना वेदना होत असाव्यात. मी धंदेवाल्याच्या निलाजरेपणाने बोलणे चालू ठेवले.

''आपल्याला जास्ती काही करावं लागणार नाही, म्हणजे भाषण वगैरे. पहिल्या अंकानंतर तुम्ही दोघांनी फक्त स्टेजवर यायचं. मालक दोन-तीन मिनिटं बोलतील आणि तुम्हाला हारतुरे देतील. बस्स. सगळा समारंभ दहा ते पंधरा मिनिटांचा!''

मला मालकांची वाक्ये आठवत होती. ते म्हणाले होते, ''बरं का प्रभू, या दोघांचा फार जीव होता एकमेकांवर. बायको काय करील, एवढं करत बाई. पाच-सहा वर्षं एकत्र होते. पुढे बाईंना एक मोठे शेठ भेटले. त्यांच्याशी लग्न लावून त्यांनी काम करणं बंदच केलं आणि संपली कहाणी! अखेर पैसा, सिक्युरिटी श्रेष्ठ ठरते!''

बाबुरावांनी एकटक माझ्याकडे बघत विचारले, ''बाई कशा आहेत आता?''

मला रोख कळला. कशा आहेत, म्हणजे त्यांचे उत्तम चालले आहे का? शेठ वारले, त्यानंतर त्यांची स्थिती निराधार झाली आहे का? उगीचच मला वाटले की, खरे सांगू नये. बाई एकट्या असल्या, तरी त्या अद्याप उत्तम दिसतात. त्यांचा आवाज छान आहे. शेठनी त्यांच्यासाठी स्वतंत्र बंगला, गाडी दिलेली आहे. मोठी रक्कम फिक्स डिपॉझिटमध्ये ठेवलेली आहे. शेठजींची मुले त्यांच्याकडे येतात-जातात, त्यांना नीट पाहतात. हे मी सांगितले, तर बाबुराव मुंबईला येणार नाहीत. या माणसाचा अभिमान आडवा येईल. प्रेमाबाईंच्या समोर

जाणे त्यांना आवडणार नाही. परिस्थितीनं खाली आलेल्या कोणत्या पुरुषाला हा प्रसंग हवासा वाटेल?

मी खोटेच म्हणालो, "देशमुखसाहेब, कुणाच्या परिस्थितीविषयी बोलू नये आपण. माणसाचे गुण बघावे. परिस्थिती काय, आज उत्तम असते, उद्या वाईट असते. चढ-उतार यायचेच. सूर्य काही सारखा डोक्यावर राहत नाही. कलतो."

दोन्ही हातांची बोटे एकमेकांत गुंतवून बाबुराव पुढे वाकले. खाजगी आवाजात म्हणाले, "म्हणजे हलाखी आहे म्हणता? च्ऽ च्ऽ, बिचारी!"

यावर मी एक दीर्घ श्वास सोडला.

खाली फरशीकडे डोळे लावून बाबुराव थोडा वेळ स्तब्ध राहिले. मग माझ्याकडे न पाहताच उत्तेजित स्वराने बोलले, "पाचशे एक रुपये? ठीक आहे. मी येईन!"

मी उठून त्यांचे दोन्ही हात हातात घेऊन म्हणालो, "थँक्स. फार आनंद होईल मालकांना!"

घाईगडबडीने मी माझ्या हॉटेलवर परत आलो आणि बाईंना मुंबईला घरच्या नंबरवर ट्रंककॉल लावला.

काय झाले, हे त्यांना थोडक्यात सांगितले आणि म्हणालो, "बाई, मेहरबानी करा आणि भेटाल, तेव्हा बाबुरावांचा अभिमान दुखवू नका. आता सगळा भार तुमच्यावर टाकतो!"

बाईंना ही कल्पना मुळीच आवडली नाही.

कोकणी हेल असलेल्या आपल्या गोड आवाजात त्या म्हणाल्या, "असं का लहान मुलासारखं बोलता तुम्ही, प्रभू! त्यांचं नशीब फिरलं, हा काय माझा दोष आहे? माझं सगळं उत्तम असताना मी काय म्हणून अशी दळभद्री बतावणी करू?"

"पण बाई, त्यांच्या मनाचा विचार करा."

"काय म्हणून? माझ्या मनाचं काय? त्यांचा अभिमान सांभाळायचा आणि आपला का सोडायचा?"

"प्लीज, माझ्या शब्दांसाठी...."

"चला! काहीतरीच असतं तुमचं!"

एवढं बोलून बाईंनी फोन बंद केला.

अनेक वर्षांनी दोघांची भेट झाली. थिएटर मॅनेजरच्या ऑफिसमध्ये चहा-पाणी झाले. दोघांना बोलायला एकांत मिळालाच नाही.

पहिली घंटा झाली. नाटक सुरू होणार, म्हणून मी दोघांना पहिल्या रांगेत नेऊन बसवले. आता खाजगी बोलणे शक्यच नव्हते. मी म्हणालो, ''चला, देव बऱ्यावर आहे!''

बाईंचे केस थोडेफार पांढरे झाले होते, पण अजूनही त्या छान दिसत होत्या. कपड्यांचा थाट, मोजकेच मोत्याचे दागिने आणि उजेड पडावा, असे देखणे रूप! राजघराण्यातल्या स्त्रीसारख्या बाई दिसत होत्या.

बाबुरावांचा कायापालट झाला होता. बंद गळ्याचा नवा रेशमी जोधपुरी कोट, सुरवार, खाली चकचकीत बूट आणि डोक्याला गुलाबी रंगाचा जरीचा फेटा, खास कोल्हापुरी स्टाईलने बांधलेला, चेहऱ्यावर टवटवी. डोळे चमकदार. कितीही झाले, तरी नटच!

पहिला अंक संपला. पडदा पडला आणि लगेच उघडला. मालकांनी प्रेक्षकांपुढे छान भाषण ठोकले. रंगमंचावर दोन रिकाम्या खुर्च्या होत्या. बाबुराव आणि प्रेमाबाई या जोडीचे नाव घेताच दोघांनी छान एंट्री घेतली. प्रेक्षकांनी टाळ्यांचा कडकडाट केला.

प्रेक्षकांना अभिवादन करून दोघेही बसले.

मालकांनी जुन्या आठवणी सांगितल्या.

हार-तुरे झाले. पडदा पडला.

या दोघांना भेटण्यासाठी प्रेक्षकांची बेसुमार गर्दी पडद्यामागे झाली.

अंकाची घंटा झाली. मग मात्र पळापळ सुरू झाली. त्या गडबडीत हे दोघे कुठे नाहीसे झाले. त्यांनी नाटकाला शेवटपर्यंत बसावे, अशी मालकांची इच्छा होती. मी शोधाशोध करू लागलो, तर पडद्यामागे, एका बाजूला अंधारात हे दिसले. मिळालेल्या पाचशे-एक रुपयांचे बंद पाकीट बाबुराव प्रेमाबाईंच्या हाती बळे-बळे देत होते. मी मागे आहे, याचे त्यांना भान नव्हते.

''घे, ना!'' बाबुराव हलक्या आवाजात म्हणत होते, ''मला फार आनंद होईल. शप्पत!''

हात मागे घेत प्रेमाबाई म्हणत होत्या, ''नाही. नका हो, नका. मला कशाला?''

''मला सांगितलं लोकांनी. कळलंय मला. तुला उपयोगी येतील, घे ना!''

मला वाटले, आता ही बाई खरे सांगणार. बाबुरावांना भयंकर दुखवणार!

प्रेमाबाईंना कल्पना नव्हती. बाबुरावांच्या हिशेबी हे पाचशे रुपये पाच सहस्रांसारखे होते. ते देऊन टाकण्यात नुसता मनाचा मोठेपणाच नव्हता. त्याग

होता, पण किती सहज, किती उमदेपणाने ते त्याग करत होते.

– आणि मघाशीच मालकांनी मला विचारले होते, ''का हो, प्रभू, एखादी लहान भूमिका दिली यांना, तर करू शकतील का?''

प्रेमाबाईंच्या चेहऱ्यावर पुरेसा प्रकाश नव्हता. तरी त्यांच्या डोळ्यांत पाणी आले आहे, हे मला दिसले. खरे तर ह्या क्षणी त्यांच्या तोंडून सत्य बाहेर पडले असते : 'बाबुराव, माझ्यापाशी भरपूर पैसा आहे. कशाला समुद्रात ओंजळ ओतता? मला माहीत आहे, तुम्हालाच ह्या पैशाची फार जरुरी आहे.'

पण बाई असे बोलल्या नाहीत. त्यांनी ते पाकीट घेतले. घाईघाईने ब्लाऊजमध्ये दडवले. छातीवरून नीट पदर घेतला.

मला खात्री होती की, त्या हा प्रवेश पाडणार नाहीत, बाबुरावांना खाऊन टाकतील.

तिकडे दुसरा अंक सुरू झाला होता.

बाबुरावांचा हात हातात घेऊन बाई भरल्या गळ्याने पुन्हा-पुन्हा म्हणत होत्या, ''काय म्हणू? कसे आभार मानू तुमचे?''

∎

'केसरी', ३ नोव्हेंबर १९६७.

डोंगराआडून सूर्य वर आला आणि तळ्याच्या उजव्या बाजूला असलेले विस्तीर्ण पठार ऊबदार झाले. श्रावणातील दवाने ओले झालेले गवत कोरडे झाले. रात्रभर अंग आखडून बसलेले लहान टोळ हुशार झाले. पुढचे दोन्ही पाय एकमेकांवर घासून त्यांनी आवाज केला आणि चटाचटा उड्या मारल्या. हिरवळीने भरलेले पठार इतका वेळ थंड होते, ते एकाएकी हलू लागले. हजारो, लाखो टोळ उड्या घेऊ लागले. अधाशीपणाने गवताची पाने कुरतडू लागले.

पलीकडे, पठराच्या कडेला शेतकऱ्याने दगड रचून ताल घातली होती, त्या दगडी तालीत घर करून राहिलेली मोठी थोरली घोरपड सरपटत बाहेर आली. दोन दगडांच्या सांदीतून तिने आधी डोके बाहेर काढले. आजूबाजूला पाहून घेतले. काही धोका नाही, हे बघून भळकन ती बाहेर आली. दगडावरून उतरून जमिनीवर आली. काही वेळ गप्प जागच्या जागी पडून राहिली. ऊबदार ऊन तिने पाठीवर घेतले आणि मग, आपले अवजड शेपूट ओढत-ओढत ती सरपटू लागली. चढावर येऊन तिने समोर बघताच, गवतावर बुजबुजलेले लहान टोळ

घोरपड

दिसले. त्यासरशी चारी पायांवर तिने अंग वर उचलले आणि घाईघाईने पुढे होऊन, एकापाठोपाठ एक असे तीन टोळ गिळले आणि मख्खपणे पुन्हा इकडे तिकडे पाहिले.

चारी दिशांना टोळच टोळ होते. एकमेकांच्या अंगावरून पलीकडे जात, शेजाऱ्याला लाथांनी ढकलत ते हिरव्या झुडपावर तुटून पडत होते.

भुकेलेल्या घोरपडीला कुठे जावे, कुठे न जावे, असे झाले. असुरक्षिततेची जाणीव जाऊन ती सैरावैरा इकडे-तिकडे धावू लागली आणि टोळ मटकावू लागली. टोळांना काही कळतच नव्हते. घोरपडीचा जबडा जवळ असतानासुद्धा ते पाने कातरीतच होते.

हातात कुऱ्हाड घेतलेले एक रामोश्याचे पोर तालीवर चढून पठार न्याहाळू लागले. मागोमाग झेपा घेत त्याचे गावठी, काळे कुत्रे तालीवर चढले आणि कान टवकारून शेपूट हलवीत पठाराकडे पाहू लागले.

पठारावरून धावणारी मोठी घोरपड पोराने लगोलग हेरली आणि तोंडातल्या

तोंडात श्ऽ श्ऽ श्ऽ असा आवाज केला. त्यासरशी कुत्रे पुतळ्यासारखे स्थिर झाले. ताणलेल्या गलोलीतील खड्याप्रमाणे त्याचे सर्वांग तयार झाले. एकटक ते पठाराकडे पाहत राहिले आणि मग त्यालाही घोरपड दिसली. त्यासरशी तालीवरून खाली उडी घेऊन कुत्रे धावले. मागोमाग रामोश्याचे पोरही धावले.

टोळ खाण्याच्या नादात असलेल्या घोरपडीच्या जमिनीला टेकलेल्या पोटाला, शेपटीला हादरे जाणवले आणि गर्रकन मागे वळून तिने पाहिले. काळे कुत्रे झेपा घेत तिच्याकडेच येत होते.

सरसर घोरपड सरपटली. लहानशा ओघळीत शिरली. मातीने झाकलेली खडकाची मोठी कपार होती. तिच्या पोटाखाली, आधी मुंगळ्यांनी, मग उंदरांनी घर केले होते. पावसाच्या पाण्याने ते चांगले विस्तृत झाले होते. घोरपड त्यात घुसली. जाता येईल, तेवढी पुढे गेली, गार मातीत रुतून बसली. आता तिच्या पोटाला हादरे जाणवत नव्हते.

ओघळीत शिरताच घोरपड कुत्र्याच्या नजरेआड झाली होती. गवताचा वास हुंगत कुत्रे कुई-कुई असा तक्रारवजा आवाज करीत उभे राहिले. धनी येताच शेपटी हलवून खोकल्यासारखे भुंकू लागले.

रामोश्याच्या पोराने आजूबाजूची जागा न्याहाळून बघितली आणि ते ओघळीत उतरले. त्याच्या पायातल्या जाड तळाच्या, खिळे मारलेल्या वहाणा खडकावर वाजल्या. घोरपड शिरली होती, त्या बिळाशी येऊन, बिळाच्या तोंडाशी त्याने कुऱ्हाडीचा दांडा वाजवला. कुत्रे धावत गेले. बिळाच्या आत नाक खुपसून ठिसकले आणि बिळाच्या तोंडाची माती खराखरा उकरू लागले. खडक कठीण होता आणि बीळ फारच लहान होते. रामोश्याचे पोर फिरून बिळाच्या दुसऱ्या टोकाशी गेले, पालथे पडले आणि एक डोळा मिटून त्याने आत पाहिले. गडद अंधाराशिवाय काही दिसले नाही. दरम्यान कुत्रेही तिथे आले होते आणि पोराच्या तोंडाशी नाक आणून बिळाचा वास घेत होते.

दोन्हीही बाजूला शत्रू आहे, याची जाणीव होताच घोरपड पार मुरली. तिने अंग पसरट केले आणि नखे जमिनीत पक्की रोवली. रामोश्याचे पोर आता पुन्हा बिळाच्या मुख्य तोंडाशी आले. जमिनीवर पालथे पडून त्याने एक डोळा मिटला आणि अंधाऱ्या बिळात बराच वेळ पाहिले, तेव्हा घोरपडीच्या शेपटीचे निमुळते टोक त्याला सापासारखे दिसले.

"अगा, तुज्या मायला!" असे म्हणून पोर उठले. त्याने डोईचा पटका काढून शेजारी पालथा ठेवला. अंगरख्याच्या खिशातला विडीचा पुडा, काड्याची पेटी, तंबाखूची पिशवी काढून ठेवली.

कुत्रे आता सारखे नाचत होते आणि घशातल्या घशात आवाज करीत होते.

पालथे पडून पोराने हात बिळात घातला. एका अंगावर होऊन, जाईल तेवढा हात घातला. बोटाने खडक माती चाचपत, चाचपत हात खांद्याइतका आत गेला. घोरपडीने अंग गोळा करून ती आता पुढे न जाता बाजूला घुसली होती. डोळे घट्ट मिटून घुसत होती, पण पुढे जागा नव्हती. पोटापर्यंतचा भाग सरळ आणि पुढचा काटकोनात अशी ती मातीत मुरली. बळे आत घुसवलेला हात पोराने ओढून मागे घेतला, तेव्हा त्याच्या काळ्या कातडीवर जोरदार ओरखडे उठले. अणकुचीदार कपारीने इंचभर कातडे कापले आणि तांबडी रेघ उठली.

पोर उठून कुऱ्हाड घेऊन बाभळीच्या झाडाकडे गेले. कुत्रे बिळाशी उगीचच दोन्ही पायांनी खडक ओरबाडत राहिले.

पोराने दोन वाव लांबीचा एक फोकारा तोडला. काटे, बारीक फांद्या तोडून टाकल्या आणि ते पुन्हा बिळाच्या तोंडाशी आले.

तंबाखूची पिशवी काढून त्याने चिमूटभर तंबाखू, चुन्याचे नख टाकून तळहातावर चोळली.

कुत्रे आता दोन पायांवर बसून धापा टाकीत होते. तंबाखू दाढेला धरून पोराने ती मनगटाएवढ्या जाडीची बाभळीची काठी बिळात सरकावली.

काठीचे अणकुचीदार टोक, घोरपडीच्या मागल्या डाव्या कुशीत शिरले. मातीत रुतलेली घोरपडीची पकड सुटली. डाव्या पायाच्या नख्यांनी ती टोक झिंजाडू लागली. चूंऽ चूंऽ आवाज करू लागली. वाकलेला रबरी फुगा तटकन सरळ व्हावा, तशी ती सरळ झाली आणि बिळातून पुढे घुसू लागली. कुशीतले कातडे पिरगाळणाऱ्या काठीपासून पुढे जावे, म्हणून घोरपड सरकू लागली आणि तिच्या मण्यासारख्या काळ्या करड्या काळ्या डोळ्यांना, बिळाच्या दुसऱ्या तोंडाशी, काळ्या कुत्र्याची लालभडक जीभ, सुळे दिसले.

बिळात तोंड घुसवून कुत्रे पुन्हा बाहेर काढीत होते आणि मोठमोठ्याने भुंकत होते. त्याच्या श्वासाचा भपकारा घोरपडीपर्यंत येत होता.

पोराने दात-ओठ खाऊन काठी ढोसली, पिरगाळली; पण घोरपड बाहेर येईना.

ह्या त्या तोंडाशी जाऊन पोराने पाहिले. दोन्हींकडून काठ्या ढोसल्या; पण घोरपड कुठे गप्पच झाली होती. काठीला कठीण खडकाशिवाय काही लागत नव्हते.

आता ऊन तापू लागले होते. पोर घामाघूम झाले होते. अंगातला अंगरखा काढून ठेवून ते बिळाच्या तोंडाशी बसून राहिले. तेव्हा कुत्रे धावत तळ्याकडे गेले. चारी पाय पाण्यात ठेवून त्याने पाणी पिऊन घेतले आणि त्या गार पाण्यात बैठक मारली.

थोड्या अंतरावर असलेला, लांब पायाचा एक काळा-पांढरा ढोक पक्षी उथळ पाण्यात ढांगा टाकीत जरा चालला आणि कुत्र्याला बुजून उडून गेला.

थोड्या वेळाने पोराची शिट्टी ऐकू आली. त्यासरशी कुत्रे उठले आणि ओले केस गाळीत पोरापाशी आले. पोराने दोन मोठे धोंडे बिळाच्या दोन्ही तोंडांशी बंदोबस्ताने लावले.

"हलू नकोस हितनं"

अशी ताकीद कुत्र्याला दिली आणि माळावर चगळचोथा, वाळल्या काटक्या गोळा करीत ते हिंडू लागले. त्या वस्तू सहज मिळण्याजोग्या नव्हत्या.

अंधाऱ्या बिळात घोरपड न हलता पडून होती.

ओले अंग वाळवीत, गोमाश्या चावीत कुत्रे बसून राहिले.

माळावर भटकून पोराने बरेच वाळले गवत, काटक्या जमा करून आणल्या. बिळाच्या दोन्ही तोंडाचे दगड काढून, पहिल्या बिळाशी आधी गवत रचले, मग त्यावर वाळल्या काटक्या रचल्या आणि काडी पेटवून गवताला लावली. चट्ऽपट्ऽ आवाज करीत गवत पेटले, काटक्या पेटल्या, धूर आणि ज्वाळा बिळात जाऊ लागल्या.

दुसऱ्या बिळातून बारीक धूर बाहेर पडू लागला.

काही मिनिटे गेली. पोर आणि कुत्रे दुसऱ्या बिळावर ध्यान ठेवून होते.

घोरपड बाहेर पडली नाही.

पोर कुत्र्याला म्हणाले, "आयला, मेली काय, रं, ही आत?"

ज्वाळा, धूर आत शिरून बीळ भरून गेले. खडक तापले. आतली हवा तापली. घोरपडीला भाजू लागले. हवा मिळेना. ती गुदमरून गेली आणि भसाक्कन बिळाबाहेर पडली.

लगेच कुत्र्याने तिला गळ्यापाशी धरले. मानेचे चिवट कातडे फाडून त्याचे सुळे मासात घुसले.

घोरपड झिंजाडत-झिंजाडत कुत्रे दूर पळाले, तसे पोर धावून गेले. धोंडा उचलून त्याने कुत्र्याला लगावला. कॉक करून कुत्र्याने बदकन घोरपड टाकली, बाभळीचे दांडके घेऊन पोर पुढे धावले आणि घोरपडीच्या डोक्यावर त्याने दणादण दांडके घातले.

घोरपडीचे तोंड दोन-चार वेळा उघडले, मिटले आणि वळवळणारे शेपूट गप्प झाले. पांढरे पोट आभाळाकडे करून घोरपड पडली.

पोराने ती जडशीळ घोरपड उचलली. शेपटाची तिच्या अंगाभोवती गाठ मारली. त्या गाठीत दांडके सारले आणि खांद्यावर टाकले.

कुत्रे दूर जाऊन बघत बसले होते. पोराने शिट्टी मारताच ते शेपूट हलवीत आले

आणि एकापाठोपाठ एक असे ते दोघे टेकडी उतरू लागले.

आता चांगली दुपार झाली होती, तळ्याचे पाणी भिंगासारखे चमकत होते. पठारावरल्या हिरवळीत हालचाल नव्हती. टोळ गप्प होते. अंड्यांवर बसलेली एक टिटवी कुत्र्याच्या भुंकण्याने बुजून आभाळात उडाली होती. कुत्र्याच्या आणि पोराच्या डोक्यावर रिंगणे घेत सारखी ओरडत होती.

■

'सत्यकथा', दिवाळी अंक, १९६९.

ग्रेगोरिओ लापेश वाय फेन्टीस हा स्पॅनिश लेखक अठराशे सत्तावन्नमध्ये जन्मला. तो रेडइंडियन लोकांत वावरला होता. व्हेराक्रूझ ह्या त्याच्या जन्मगावात अनुभवलेले नाट्य आणि लोकवाङ्मय त्याच्या लेखनातून दिसते. त्याने कविता लिहिल्या, वृत्तपत्रव्यवसाय केला. गद्यही लिहिले. पुष्कळ कथाही लिहिल्या. १९३५ साली त्याला नॅशनल अॅवार्ड मिळाले. हा गावकीच्या गोष्टी सांगतो. त्याच्या 'लेटर टु गॉड' या कथेचा हा अनुवाद.

❖

टेकडीच्या कुशीत एकाकी अशी वस्ती घालून बळवंता मगदूम राहत होता. घराच्या अंगणात उभं राहिलं की, खालचा ओढा दिसे. ह्या ओढ्याला लागून बळवंताची आठ एकर जमीन होती. तिच्यात तो ज्वारी, गहू, शेंग असली पिकं घ्यायचा. पाऊस वेळेवर झाला, तरच पिकं साधायची.

देवाला पत्र

आज सकाळपासनं बळवंतानं काही काम केलं नव्हतं. रानात उभं राहून तो वरचेवर आभाळाकडं बघत होता. घरी येऊन तो बायकोला म्हणाला, "अगं, आज पावसाचा रंग हाय, बरं का!"

बायको संध्याकाळच्या जेवणासाठी भाकरी बडवत होती. म्हणाली, "पडला, तर बरंच हाय. देवाच्या मनात मातूर पायजे."

मोठा पोरगा रानात काम करत होता. त्याच्यापेक्षा लहानधाकटी होती, ती घरापुढं खेळत होती.

भाकरी झाल्यावर बळवंताच्या बायकोनं पोरांना हाक दिली. सगळी गोळा झाली.

जेवणं चालू आहेत, तवरच बळवंतानं भाकीत केलं होतं, त्याप्रमाणं पावसाचे थेंब आभाळात वेगानं जमिनीवर आदळू लागले. पश्चिम दिशेकडं भले थोरले काळे ढग उठले होते. मातीचा सुवास सुटला. गार वारे वाहू लागले.

"गोठ्यातल्या बैलानं कासऱ्यात पाय गुतवून घेतलाय वाटतं. बघून येतो."
असं निमित्त सांगून बळवंता बाहेर अंगणात आला. खरं म्हणजे त्याला पावसाचे
थेंब अंगावर घ्यायचे होते.

बाहेरचा रागरंग बघून तो आत गेला.

खुशीनं बोलला, "आरं लेकरांनू, पावसाचं ठेंब कसलं, चवल्या-पावल्या
हायेत, नाणी! मोटं ठेंब म्हंजे पावली, त्येच्यापेक्षा मोठं ठेंब म्हंजे अधेली."

मग तो समाधानानं आपल्या झोपडीच्या दारात बसून पावसाकडं बघत
राहिला. पावसाच्या धारा कोसळत होत्या. झिरझिरीत पडद्यातून दिसावं, तसं
पीक दिसत होतं. व्हंडीचं पोटरीत आलेलं पीक – त्याला अगदी पाहिजे तेव्हा
पाणी मिळत होतं. एवढ्या पावसावर पीक जोरात येणार होतं.

एकाएकी जोरदार वारा सुटला आणि पाण्याच्या थेंबांबरोबर गारा पडायला
लागल्या. जमिनीवर आदळून तडातड उडू लागल्या. पोरं अंगणात पळाली
आणि गारांचे मोती वेचू लागली.

"देवा, देवा! गारा थांबल्या पायजेत रे, पोरांनू, न्हाई तर धडगत न्हाई."

गारा थांबल्या नाहीतच, चांगल्या एक घंटाभर त्या घराच्या पत्र्यावर वाजत राहिल्या.
अंगणात सडा झाला. डोंगरावर, शेतावर, व्हंडीच्या पिकावर जोरदार मारा झाला.
झाडांच्या फांद्या मोडल्या, पानं गळली. खराटे उभे राहिले. व्हंडीचं सगळं
पीक आडवं झोपलं. सगळा सत्यानाश झाला.

हताश होऊन बळवंता रानात उभा राहिला. आभाळाकडं बघून म्हणाला,
"देवा, देवा! आता आमी काय माती खावी का, गुरांनी कंच्या दिशेला जावं?"

रात्र उदास गेली.
"सगळी मेहनत पाण्यात गेली."
"गुरांचे, आपले कष्ट फुकट... फुकट गेले."
"आता उपासमाराची पाळी आली...."
"कुणी आपल्याला मदत करणार न्हाई."

बळवंता, त्याची बायको, पोरगा हेच वरचेवर बोलत राहिली. बोलत
राहिली; पण सगळ्यांच्या मनात होतं, आता आधार एकच : देवाचा.

"अरं, असं म्हणू नका. ज्यानं चोच दिली, त्यो चाराबी दील."
"ही म्हण झाली."
"नुसती म्हण न्हाई. बघशील तू. म्हणल्यालं हाय....
पक्षी, अजगर न करिती संचित, तयांशी अनंत प्रतिपाळी."

बळवंत रात्रभर तळमळत होता. सगळी आशा संपली होती. एकच आधार होता : देवाचा. देवाला डोळे असतात. तो सारं बघतो.

बळवंता रुमणं हातात धरणारा, ढोरासारखा कष्ट करणारा शेतकरी होता; पण तो लिहा-वाचायला शिकला होता. अंगठेबहाद्दर नव्हता.

दुसरे दिवशी एकादस होती. सकाळी अंघोळ करून तो पत्र लिहिण्यास बसला. हे पत्र लिहून झाल्यावर तो पाच मैल चालून तालुक्यावर जाणार होता आणि पत्रपेटीत स्वत:च्या हातानं टाकणार होता.

पत्र सग्यासोयऱ्याला नव्हतं, प्रत्यक्ष देवाला होतं.

'देवास बळवंतचा दंडवत.

देवा, परमेश्वरा! आता तू जर धावून आला नाहीसतर मी, माझी गुरं-ढोरं, बायका-पोरं उपाशी मरू. मला रुपये दोनशे तरी ताबडतोब पाठवा. म्हणजे मी पुन्हा पेरीन. पयलं पीक मोडून पुन्हा पेरीन. देवा, गारांच्या पावसानं सगळा सत्यानाश केला –'

पत्र पुरं करून त्यानं पाकिटात घातलं. वर पत्ता लिहिला :

दीन-दुबळ्यांचा कैवारी देव
त्यास पोचते करणे.

तालुक्याला जाऊन बळवंतानं पत्र पेटीत टाकलं आणि उदास मनानं तो पुन्हा घराकडं परतला.

गायकवाड पोस्टमननं पत्र पेटीतनं काढली. शिक्के मारताना त्याला बळवंताचं पत्र दिसलं. तो गदगदून हसला.

हिटलरछाप मिशा आणि नाकावर चाळशी अशा देशपांडे पोस्टमास्तरांनी त्याचं हसणं ऐकून विचारलं, "हसतोय काय, गायकवाड? शिक्के मार."

"लोकं पत्तं तरी काय घालतात, बघा की." असं म्हणून गायकवाडानं पत्र मास्तरांच्याकडं टाकलं.

मास्तरांनी आजतागायतच्या नोकरीत असला पत्ता कधी वाचलाच नव्हता. त्यांनाही हसू आलं. पण लगेच ते गंभीर झाले, म्हणाले, "ह्याला म्हणतात

'भाविक'. देवाबद्दल इतका भाव माझ्यापाशी असता, तर मी धन्य समजलो असतो. केवढा विश्वास आहे बघ. पत्रव्यवहार वाटतोय हा, प्रत्यक्ष देवापाशी.''

मास्तरांना वाटलं, जग चालतं, ते अशा श्रद्धावान माणसांच्या पुण्याईवर. आता हे पत्र कुठं पाठवावं? उत्तर गेलं नाही, तर हा श्रद्धावान माणूस वाट बघेल-बघेल आणि म्हणेल, देवाला माझं अगत्य नाही. काय आहे, ते उघडून बघून आपणच ह्या पत्राला उत्तर लिहिलं पाहिजे. असं म्हणून मास्तरांनी पत्र उघडलं. वाचलं आणि त्यांच्या लक्षात आलं की, याला शाब्दिक सहानुभूतीची अपेक्षा नाही. ह्या भक्तानं देवाकडं चक्क पैसे मागितले आहेत.

मग धर्मादाय म्हणून सुरुवातीला मास्तरांनी आपला एक दिवसाचा पगार दिला. गायकवाडानं दिला, रनर दगडूनं दिला. गावातल्या चार धनंतरांकडं जाऊनही त्यांनी वर्गणी गोळा केली. दोनशे रुपये काही जमले नाहीत. शंभर जमले, तेवढे ह्यांनी पाकिटात घातले. एक चिठ्ठी आत घातली. त्यावर लिहिलं : देवाकडून.

सात दिवस झाल्यावर बळवंता चौकशी करत आला. त्यानं गायकवाडाला विचारलं, ''माझ्या नावावर काही टपाल आलंय का?''

गायकावाडानं मोठ्या समाधानानं पाकीट त्याला दिलं.

बाजूला जाऊन बळवंतानं पुन:पुन्हा नोटा मोजल्या. दहाच. त्याच्या चेहऱ्यावर राग दिसायला लागला. देवाची मोजण्यात चूक होणारच नाही. आणि जे मी मागितलं त्यात काटकसर करावी, ही बुद्धीही देवाला कधीच होणार नाही.

तात्काळ बळवंता पोस्टात खिडकीपाशी गेला आणि गायकवाडाला म्हणाला, ''मला जरा एक दौत आणि कागद देता का मेहरबानी करून?''

तत्परतेनं गायकवाडानं त्याला लेखनसाहित्य पुरवलं. पडवीच्या कोपऱ्यात बसून बळवंतानं देवाला पुन्हा पत्र लिहिलं. पाकीट घेऊन त्यात घातलं, थुंकी लावून बंद केलं आणि नीट चिटकावं, म्हणून खाली ठेवून दोन बुक्क्याही मारल्या.

पाकीट त्यानं पेटीत टाकलं.

पेटीत पत्र पडताच गायकवाड धावला. त्यानं काढून आणलेलं पत्र मास्तरांनी वाचलं. त्यात लिहिलं होतं :

> 'देवा, मी मागितलेल्या पैशापैकी फक्त शंभरच माझ्यापर्यंत पोहोचले. निम्मे गायब झाले. आता पुन्हा शंभर पाठवून द्या. माझी गरज दोनशेची आहे. पण, आता पैसे पोस्टानं पाठवू नका. पोस्टातले लोक चोर आहेत.'

■

'पूर्वा', फेब्रुवारी १९८०.

व्यक्ती

तापाच्या साथीत नवरा मेला, तेव्हा रंडक्या हौशीनं रामा सणगराला नवरा करून घेतलं. तो आमच्या गावचा नव्हता. परमुलखातून मुशाफिरी करत आला होता. आमच्या आख्ख्या तालुक्यात त्याला जातीगोतीचं कुणीच नव्हतंरामा सणगर अंगाबांध्यानं देखणा होता. तो अंगात जाड गंजीफरास घाली आणि खाली आखूड चड्डी. शहरगावात घालतात, तसले काळे बूट त्याच्या पायात नेहमी असत. आमच्या गावातल्या बायका त्याच्याकडं चोरून बघत. एकमेकीला हलक्या आवाजात बोलत, "हौशीला चांगला मालक मिळाला. ह्याच्याकडनं तिला सुख मिळंल, दहा-बारा पोरं होतील!"

आमच्या खेड्यातल्या सर्व माणसांपेक्षा रामा वेगळा दिसे. तो शहरगावात वाढला होता. त्याला लिहावाचायला येत होतं. त्याच्या चड्डीच्या खिशात पैसे असत. आठवड्यातून एक-दोन वेळा तो घरी मटण शिजवी. रानातून परत येताना कुणाकुणास रामाच्या घरावरून जाताना खमंग वास येई आणि ते त्याचा इसाळ करीत.

। हौशी ।

हौशीचा पहिला नवरा गणा आचरट आणि दारुडा माणूस होता. हौशीही त्याच लायकीची होती. गावाकडेला असलेलं त्याचं खोपट कसनुसं आणि घाणेरडं होतं. अंगणात सदैव उकिरड्याचा ढीग असायचा, पण जेव्हा हौशीनं नवा नवरा केला, तेव्हा त्यानं खोपटाचं मूळचं रूप पार पालटलं. चार-सहा महिन्यांत त्या जागी एक नीटनेटकी झोपडी दिसू लागली. पुढचं अंगण झाडून लोटून चक्क झालं. रामानं शहरगावाहून काही फुलझाडं आणून आपल्या झोपडीभोवती लावली. काकडी, घोसावळीचे वेल लावले आणि त्यावर नाना रंगांची फुलं आली. तांबडी, निळी फुलं! असली फुलं आमच्या खेड्यातल्या लोकांनी कधीच बघितली नव्हती!

रामाच्या या कर्तुकीनं सगळ्या खेडुतांना त्याच्याविषयी दबदबा वाटू लागला. आदर वाटू लागला. ते त्याला 'मास्तर' म्हणू लागले. अंगणात लावलेला रामाचा घोंगडी विणण्याचा मागसुद्धा किती निर्मळ आणि नीटनेटका होता. त्यावर बसून तो सुरेख घोंगडी विणी. पांढरी, काळी घोंगडी. त्याच्या काठाकाठानं सुंदर रेषा असत! रामा विणू लागला म्हणजे खेड्यातले सगळे लोक त्याच्याभोवती गोळा होत

आणि रामाचं निर्मळ आणि शहाणपणाचं बोलणं ऐकत. तो नाना नवीन गोष्टी सांगे. जगाविषयी, देवाविषयी, जनावरांविषयी आणि पाखरांविषयी! असल्या गोष्टी खेडुतांनी कधीच ऐकल्या नव्हत्या. रामाचं अंगण म्हणजे शाळा झाली. देऊळ झालं!

रामाच्या ठिकाणी एखादा दुसरा असता तर चढून गेला असता; पण रामा फार शहाणा माणूस होता. हुशार होता. दप्तरात बांधून फळीवर ठेवलेली जाडी बुकं काढून तो कधी-कधी वाचत बसे.

सकाळ-संध्याकाळ गावातल्या बायका ओढ्यावर पाणी आणायला जात. तेव्हा वाळूत पाय घुसवून आणि पदर तोंडापाशी घेऊन त्या हौशीविषयी बोलत. तिला म्हणत, "बाई, तुझं कपाळ मोठं. आता एकदा विटाळ चुकू दे!"

पण हौशीची स्थिती दरवेश्याच्या वाघासारखी झाली होती. पिंजऱ्यात कोंडलेल्या आणि बकऱ्याचं कच्चं मांस खाऊन आळशीपणानं डुलक्या घेणाऱ्या वाघासारखी. देखणी हौशी भांबावली होती. आपल्या नवऱ्याचा चांगुलपणा, घरातली स्वच्छता, टापटीप आणि सुबत्ता यामुळं तिला कोंडल्यागत होत होतं. कितीही झालं, तरी ती आमच्यातली होती. हे विलक्षण वातावरण तिला मानवण्यासारखं नव्हतं. ती देखणी होती. एखाद्या राजाची राणी शोभेल, अशी होती; पण अडाणी होती आणि आमचे रीतिरीवाज तिच्या वळणी पडले होते.

हौशीचा रंग कागदी लिंबासारखा होता. हातपाय गोल आणि लांबसडक होते. तिचे लालचुटूक ओठ नेहमी अर्धवट उघडे असत आणि त्यातून तिचे पांढरे स्वच्छ आणि बारीक दात दिसत. रस्त्यानं ती चालली, म्हणजे शेवरीचं झाड वाऱ्यानं डुलतंय, असं वाटे. झोपडीच्या भिंतीला टेकून विसावा घेत बसली, म्हणजे बघणाराला वाटे, ही झोपली आहे. तिचा चेहरा नेहमी कसलेही विचार मनात नसल्यागत दिसे. पुरुषानं भोगण्यासाठी, मस्तीनं घुसळण्यासाठी हौशी जन्माला आली होती.

रामाची तिला भीती वाटे. एक वर्षं झालं, तरी ती त्याच्या अंथरुणात झोपली नव्हती. तिला पहिल्या नवऱ्याचीच आठवण येई. लगीन होऊन नऊ महिने झाले नाहीत, तोवर तो मेला होता. त्याचा हबका घेऊन ती अपुऱ्या दिवसांचीच बाळंत झाली होती. झालेलं जुळं जन्मतःच मेलं होतं. तो तिला कधी-कधी मारझोड करीत असे; पण त्याची बायको म्हणून ती सुखी होती; आनंदी होती. त्याचं सारंच वागणं आडदांडपणाचं होतं, गलिच्छ होतं; तो तिला धसमुसळ्यासारखा चुरगाळायचा, कुबलायचा, कधी दारू पिऊन यायचा आणि चाबकाच्या दांड्यानं बडवायचा!

हे काही चांगलं नव्हतं; पण तिला तो आवडत होता. त्याचा धसमुसळेपणा,

त्याचा गलिच्छपणा आणि त्याचा मार तिला हवा वाटायचा! दिवसभर कुठं-कुठं भटकून काळोख्या रात्री तो दारी यायचा, तेव्हा ती आनंदानं खारीसारखी चीत्कार करायची आणि त्याच्या गळ्यात पडायची!

– आणि आता रामाच्या बाबतीत त्याच्या अगदी उलट होतं. तो शहाणासुरता होता, स्वच्छ, नीटनेटका होता. त्याचं अंग मऊसूत होतं, तरी तो जवळ येताच ती घाबरायची, थरथर कापायची. तो जवळ यायचा आणि हलक्या आवाजात तिच्याशी बोलायचा, चिमणीबरोबर चिमणा बोलतो, तसा. आपलं देखणं रूप न्याहाळण्यासाठी तिला आयना द्यायचा; पण तिची भीती जायची नाही!

असेच दिवस सरले आणि मग त्याची तिला शिसारी येऊ लागली, राग येऊ लागला. रात्री तो जवळ आला की, ती मनातल्या मनात आपल्या पहिल्या नवऱ्याला हाका मारायची. त्यानं यावं आणि चाबकाच्या दांड्यानं या शाळामास्तरसारख्या माणसाला बेशुद्ध होईस्तो मारावं, असं तिला वाटायचं आणि ती रामाचा हात अंगाला लावून घ्यायची नाही!

मग रामा चिडचिडा झाला. टाकलेलं बी उगवावं, म्हणून त्यानं ही सकस जमीन कसली, तिची काळजी घेतली आणि दोन वर्षं झाली, तरी काहीच फळ नाही!

लोक कुजबुजू लागले, हौशी अजून पहिल्यासारखीच शेलाटी आहे, हे पाहून म्हणू लागले, "थूत! अरे, हा रामा बापयासारखा बापई आणि दोन वर्षांत ह्यानं एक मूल करू नये?"

ही कुजबूज रामाच्या कानी पडली. त्याला स्वत:ची शरम वाटली. रागानं तो लाल झाला.

आमच्या गावात मूल न होणं म्हणजे बहुत शरमेची गोष्ट समजली जाते!

असंच आणखी एक वर्ष गेलं! हौशीच्या वागणुकीत काहीच बदल झाला नाही. रामाचा धंदा वाढला. त्याचं घर भरलं! कसलीही उणीव राहिली नाही; पण मुलाशिवाय सगळं व्यर्थ होतं. त्यामुळं रामा अधिक चिडला. दुष्ट झाला. मागावर घोंगडी विणताना तो कपाळाला आठ्या घाली. एखादा धागा तुटला की, फडाफडा शिव्या देई. शेजाऱ्यापाजाऱ्याच्या कोंबड्या अंगणात आल्या की, त्यांच्यावर दगड फेकी. हौशी कुठंही बाहेर पडली की, तिच्या पाळतीवर राही. लोकांपुढं देव आणि जग याविषयी तावातावानं बोले, पण आता कुणी त्याला मान देत नसत. कुणी त्याचं ऐकून घेत नसत.

गावातली तरणीताठी पोरं हौशीकडं बघून मनी चरफडत. म्हणत, "अरे

असली देखणी बाई आणि तिला भक्कम नवरा नाही!''

मग एका रात्री रामा चिडला. संतापला. हौशीला गच्च धरून हलवीत ओरडला, ''तू काय वांझ आहेस, वांझ? पोरबाळ मला कधीच होणार नाही का? आँ?''

हौशी क्षणभर त्याच्याकडं बघत राहिली. हालली नाही. बोलली नाही. आणि मग हलक्या आवाजात बोलली, ''पहिल्या नवऱ्यापासून जुळं झालं होतं मला!''

तसा रामा संतापला. फाडकन त्यानं हौशीच्या मुस्कटात मारली. ती पटकन खाली पडली, भ्याली आणि मग तो जवळ आला, तरी हालली नाही. काही बोलली नाही. गप्प पडून राहिली.

मग रामानं गावातल्या देवऋष्याला विचारलं. त्याला पैसे-कोंबडं देऊ केलं आणि सल्ला मागितला.

मंत्र-तंत्र करून त्यानं सांगितलं, ''मारुतीच्या मूर्तीला मध्यानरात्री जाऊन तिनं प्रदक्षिणा घालाव्यात. अंगावर कपडा बिलकूल ठेवू नये. घरापासून तसंच नागडं जावं. असं एकवीस दिवस कर. मग तुझ्या पोटी मुलगा होईल!''

रामा घरी आला. देवऋषानं सांगितलेला उपाय करण्याबद्दल बायकोला बजावलं. हौशीनं त्याची आज्ञा पाळली!

हळूहळू हौशीचं अंग फुगलं. भाद्रपद महिन्यात लोक म्हणू लागले, ''ती पोटुशी राहिलीय.''

रामा हरखला. मागावर बसून गाणी गाऊ लागला! पण आश्विनात ती पुन्हा सडपातळ झाली. लोक कुत्सितपणे हसू लागले! रामाचं टाळकं वैतागानं फिरलं. दाराला आतून कडी लावून त्यानं हौशीला दुमत्या कासऱ्यानं बडवली. मग तीही पिसाळली आणि काठीचा टोला हाणून तिनं त्याला बेशुद्ध केलं. गाव-पाटलानं रिपोर्ट केला आणि मग खूप त्रास झाला. रामा आजारी पडला. चार-सहा महिने तो अंथरुणावरून उठला नाही.

त्यानंतर तो हळूहळू हिंडू फिरू लागला. अंगणात बाजलं टाकून त्यावर बसू लागला. फिकट आणि हडकुळा, त्रासिक आणि चिरचिरा रामा बाजल्यावर बसलेला गावकऱ्यांना दिसू लागला. त्याच्या घरी आता कोणीही येत नव्हतं.

महिना, दोन महिने गेले आणि रामा अति वाईट दिसू लागला. शेजाऱ्यापाजाऱ्यांना उगीच शिव्या देऊ लागला. माणूसघाणा झाला. त्यानं धंदा सोडला.

घराचा सारा कारभार आता हौशीनं आपल्या हाती घेतला. गावातल्या तरण्याताठ्या पोरांकडं बघून ती हसू लागली.

एकदा रामा तिला म्हणाला, ''मला रोज गव्हाचा सांजा करून खायला घाल! शेरभर दूध प्यायास दे! मी पुन्हा सशक्त होईन आणि मग माझ्यापासून तुला मुलं होतील!''

हौशीनं आश्चर्यानं नवऱ्याकडं बघितलं. त्याचे खोल गेलेले डोळे लुकलुकत होते. आजारीपणानं माणूस बघतो, तसली रम्य स्वप्नं तो बघत होता. हौशी मनात म्हणाली, ''आता हा थकलाय, याचं भरत आलंय!''

रामाच्या प्रश्नाला तिनं काहीच उत्तर दिलं नाही. कावळ्याच्या नजरेनं ती नवऱ्याकडं बघत राहिली. रामाला ते बघणं समजलं आणि तो रागावला, ''अगं, हडळी! तुला वाटतंय, मी लवकरच सरणावर जाईन. नाही, मी जाणार नाही, सांजा खाऊन आणि दूध पिऊन मी पुन्हा रेड्यासारखा होऊन उठेन.''

– आणि मग तो उघडावाघडा होऊन उन्हाला पडला. हातपाय पसरून शांत पडला. अगदी मेल्यासारखा.

हौशी आपल्या शेजाऱ्या-पाजाऱ्याकडं गेली. म्हणाली, ''माझ्या नवऱ्याला वेड लागलंय. तो मला ठार मारायला लागलाय.''

सगळे जण गोळा झाले आणि उन्हात पडलेल्या रामाकडं बघत उभे राहिले.

तो कितीतरी वेळ तसा न हालता पडून राहिला. उन्हाच्या तडाख्यानं त्याची पाठ काळी पडली. तसा उठून बसला. लोकांकडं बघून हातवारे करीत ओरडला, ''कुठाय ती हडळ? तिनं माझ्यावर 'करणी' केली!''

मग तो स्वतःभोवतीच फिरला आणि दाणकन खाली आपटला. लोक धावले आणि त्यांनी त्याला आवरला. त्याचा चेहरा आकसला होता. ओठ पांढरे पडले होते. लोकांनी त्याला उचलून घरी आणला!

सगळं खेडं गप्प झालं!

त्यानंतर तो दोन-तीन आठवडे होता.

– आणि मग एका चांदण्या रात्री त्याला मरण आलं. खेड्यातले लोक जमले. ओढ्यात जाऊन त्यांनी त्याचं प्रेत चितेवर ठेवलं आणि धगधगत्या आगीभोवती जमून बसून त्यानं सांगितलेल्या कित्येक नवीन गोष्टींची उजळणी केली!

हौशी कितीतरी दिवस एकटी राहिली. रामानं केलेली बाग सुकून गेली. आता त्या झोपडीत मागाचा आवाज ऐकू येईनासा झाला.

गावातली तरणीताठी पोरं झोपडीभोवती शिळा घालीत हिंडू लागली. मग हौशीनं एकाला निवडलं, त्याची छाती पाट्यासारखी होती आणि दंड वरवंट्यासारखे. रंगानं तो फार काळा होता; गलिच्छ होता.

वर्षं गेली आणि हौशीचं घर मुलांनी भरलं! पुन्हा एक वेळ ती सुखी झाली, आनंदी झाली! दिवसभर बाहेर भटकून तिचा नवरा काळोख्या रात्री दाराशी आल्यावर खारीसारखी चीत्कार करून ती त्याच्या गळ्यात पडू लागली!

■

'छाया', दिवाळी अंक, १९४९.

वयाच्या विशी-बाविशीत माझ्या हाती बंदूक आली आणि मी रानोमाळ हिंडू लागलो. तेव्हापासून आजतागायत अनेक शिकारी दोस्त मला मिळाले. मित्र जोडण्यातही नकळत आपण वय, जातपात, संस्कृती वगैरे विसरत नाही. पण माझ्या शिकारी दोस्तांत किती विविधता होती! माझा गाववाला – ज्याच्याकडून मी केवढी तरी वनविद्या शिकलो, तो बापू, रामोशी जातीतला होता. हुसेन हा वन्य औषधींचा विक्री करणारा वैदू, वाल्मिकी हा फासेपारधी, जगू हा मांग, तर दादू हा जातीनं कुणबी आणि व्यवसायानं माळी.

दादू वयानं माझ्यापेक्षा बराच मोठा. नगरवस्तीपासून दूर, असा तो डोंगरात झोपडी घालून राहत होता. गडावरच्या बंगल्याच्या बागेत माळीकाम करावं, दोन-तीन एकराची जी जमिनीची धांदोटी वारसा-हक्कानं त्याला मिळाली होती, तिच्यात नाचणी आणि काहीबाही कडधान्यं पिकवावीत, दोन म्हशी पाळून दूध-दुभत्याची विक्री करावी, गवत कापून ते बाजारात विकावं, लाकडाच्या मोळ्या डोंगरावर तोडाव्यात आणि डोक्यावरून वाहून कुठं लांबच्या बाजारात

| दादू |
|

विकाव्यात, असे किडूकमिडूक, शरीरश्रमाचे व्यवसाय करून दादू आपला घरप्रपंच चालवीत असे. पण ह्या नाचारगती प्रपंचाबद्दल कधी असमाधान त्याच्या तोंडावर दिसत नसे. आहे त्या परिस्थितीत तो आनंदी दिसायचा.

त्याची अंगलट सडसडीत होती. अंगावर सदरा त्यावर खाकी कापडाचा कोट, खाली जीर्ण असे धोतर, पायात आहे, कधी नाही. डोक्याला मळकट गांधी टोपी, तिचा चांदवा फाटलेला, अशी दादूची मूर्ती होती. दौलत म्हणावी अशी एकच वस्तू त्याच्यापाशी होती – जुनीपुराणी, गडाच्या हवेनं जिची तकाकी पुसून टाकली आहे, अशी दुनळी, वरच्या घोड्याची बंदूक. हे हत्यार त्यानं कधी आणि कसं मिळवलं असेल, ते असो. पण त्या एका वस्तूमुळं हा मनुष्य राजासारखा रानावनांत हिंडे. बंदुकीचा मसाला, म्हणजे काडतुसं मात्र त्याला मिळत नसत. कारण ती विकत घेणं त्याला परवडण्यासारखं नव्हतं. पण रानात आलेल्या कोणाही धनंतर शिकाऱ्याला साथ देऊन आपल्यापाशी असलेल्या वनविद्येचा लाभ त्यालाही द्यावा आणि ह्या सेवेच्या, विद्यादानाच्या मोबदल्यात

फक्त दोन काडतुसांची मागणी करावी, असा त्याचा परिपाठ होता. शिकार मिळून साहेब खूश झाल्याचं त्याच्या लक्षात आलं म्हणजे थोडं ओशाळवाणं हसून तो म्हणे, ''सायेब, दोन सऱ्याची काडतुसं द्या, म्हंजे बास.''

सुरुवातीला माझी ओळख झाल्यावर, थोडी भीड चेपताच त्यानं माझ्याकडे ही मागणी केली होती.

मी विचारलं, ''छऱ्याच्या दोन काडतुसानं काय शिकार होणार तुझी, दादू?''

''सरा बरा असतो, सायेब... सायाळ घावतो, लांडूर घावती, ससा घावतो, हलकं भेकारबी चार लंबराच्या सऱ्यानं पाडायला येतं!''

''आणि डुकराची सार समोर दिसली, म्हणजे मग?''

''ती आपल्यासारक्यासाठी राखायची, पुण्याला जाऊन वर्दी द्याची. सायेबलोक आले, खेळले, म्हंजे त्यांच्या शिकारीत आपल्यालाबी वाटा मिळतो. बक्षिसी मिळती.''

''मोठी शिकार तू कधी करतच नाहीस?''

''करतो की! काडतूस असल्यावर करतो. भारी असतंय ते काडतूस. किंमत पडतीय. ते कसं मागावं? तुमच्यासारक्यानं कुणी आपणहून, एक सरा आन् एक गोळी अशी दोन दिली, तर काय, लहानबी आन् मोठीबी शिकार घावती!''

अशी मागामागी करूनच दादूची हौस भागत होती. बरं, डोंगराचा सगळा परिसर त्याच्या परिचयाचा होता. भेकरं कोणत्या पिकावर, कोणत्या वेळी येतात, ससा रोज ठराविक जागी लोळायला कुठं येतो, मोर-लांडोऱ्या केव्हा, कुठं दिसतात, सायाळीचं बीळ कुठं आहे आणि काट्याचा खुळखुळा वाजवीत ती कुठं, केव्हा बाहेर पडते, हे सगळं त्याला अचूक माहीत होतं. इतकं अचूक की, आपण पैज मारून म्हणावं, 'दादू, आता दुपारचे साडे-चार वाजलेत, संध्याकाळच्या जेवणासाठी ससा आणशील, तर दोन छऱ्याची काडतुसं बक्षीस!' यावर तुमच्याकडून एक चार नंबरचं काडतूस आणि आपली ती ऐतिहासिक बंदूक घेऊन दादू जाणार. संध्याकाळी, संधिप्रकाश मावळतो न मावळतो, तोच डोंगरातले ससे बाहेर पडतात, हे त्याला माहीतच असतं, आणि अमुक एका ठिकाणी ससा लोळीसाठी येतो, ती जागाही ठाऊक असते. संध्याकाळी काळोख पडायला लागताच ससा फटकावून, तो तुमच्यापुढं हजर करणार.

ह्या जागा आणखी कुणाला दाखवण्याची मात्र त्याची मुळीच तयारी नसते. विद्या द्यावी; पण कसब फक्त आपल्याशीच ठेवावं; हा हिशेबीपणा त्याला कळतो. सगळंच दुसऱ्याला सांगितल्यावर, आपल्याला विचारायलाही कोणी

येणार नाही, हे त्याला चांगलं ठाऊक आहे.

मी लहानसहान शिकारी बऱ्याच केल्या. एकवार बिबळ्या वाघ टिपावा, अशी फार इच्छा होती, म्हणून दादूला मी म्हणालो, "दादू, एकवार वाघ मिळाला पाहिजे."

"मिळंल ना, सायेब, थोडासा खर्च केला, तर वाघबी मिळंल."

"खर्च करू. कितीसा येतो?"

"लई न्हाई, सायब. एक हलकंसं बकरं घ्याचं, पस्तीस-चाळिसाचं! आन् त्याला बांधायचं. आपन घोलं करून बसायचं. वाघ नेमका बकऱ्यावर येतो. बकरं मारून त्याला वाघ काड्ऽकाड्ऽ करून खायला लागला की हानायचा!"

मी त्याला बकरं घेण्यासाठी आगाऊ रक्कम दिली आणि म्हणालो, "वाघ आला की, मला कळव. मी येईन."

ह्या गोष्टीला पंधरा तीन वार झाले, ना झाले, तोवर एके दिवशी दादू आलाच. सकाळीच एस.टी. गाठून पुण्याला आला आणि म्हणाला, "चला सायेब, चांगली नेटकी वाघीण आलीय. गुरं मारतीय. धा दिसांमागं अर्जुनाचं एक वासरू मारलं. चार दिसांमागं दुरुग दऱ्याला बया म्हातारीचं कोकरू कुडात पंजा घालून भायेर वडून न्हेलं. लई गोंधूळ चाललाय. दुसरं कुनी याच्या आत तुमी चला."

मी दादूला पुढं पाठवून दिला आणि जामानिमा करून संध्याकाळी गेलो.

गडाच्या मागच्या बाजूला, एका मेट्याच्या शेजारी, दादूनं बसायला जागा दिली होती. धशीला, करवंदीचं झुडूप बघून त्याच्याभोवती काट्याकुट्या, पानं, डहाळ्या लावून, एस्किमो लोकांच्या इग्लूसारखा आडोसा केला होता. त्याला बंदूक काढण्यापुरतं भोक राखलं होतं आणि समोर सुमारे पंधरा यार्डांवर, बळकट खुंटी ठोकून त्याला बांड्या रंगाचं बकरं बांधून ठेवलं होतं.

अंधार पडायच्या आत मी आणि दादू घोल्यात जाऊन बसलो. त्याच्यापाशी त्याची बंदूक होती. माझी काडतुसं तिच्यात भरलेली होती. माझ्यापाशी माझी बंदूक होती. एक गोळी, एक एल.जी. असे दोन्ही बार भरून मीही तयारीत बसलो.

हळूहळू अंधार झाला. पाखरांचा गोंधळ शांत झाला. 'चक्कुऽ चक्कुऽ

चक्कुऽ चकर्रऽऽ' असा रातव्या पाखरांचा आवाज आणि रातकिड्यांचं वृंदगान तेवढं ऐकू येत होतं. सगळं भयाण वाटू लागलं. मधूनच वारा सुटे आणि चवणी – म्हणजे रानकेळीच्या पानांचा फडफडाट होई.

माझी ही वाघाच्या शिकारीची पहिलीच वेळ होती. अनुभव सगळा नवीन होता. सगळा जीव कानात गोळा करून मी एकटक समोर बघत होतो.

दादू निवांत होता. सारखी हालचाल करत होता. बिनदिक्कत माझ्याशी कुजबुजतही होता. लोळीवर आलेला ससा मारण्यासाठी बसल्यावर जसा बसत असेल, तसाच तो निवांत होता. मी मात्र फार प्रक्षुब्ध झालो होतो.

ओरडून-ओरडून दमलेलं बकरं अखेर पाय दुमडून गप्प बसून राहिलं.

हळूच खिशातली डबी काढत दादूनं तंबाखूची चिमूट तळहातावर घेतली, चुन्याचा नख तिला लावला, मळली आणि दाढेला धरली. बंदूक समोर आडवी ठेवून उभ्या केलेल्या गुडघ्यांभोवती हातांची मिठी घालून तो बसला.

सावकाश एक-एक क्षण जात होता. समोर बांधलेल्या बकऱ्यावर नजर ठेवून मी बसलो होतो.

मधेच दादूला काय वाटलं, कोण जाणे? म्हणाला, "सायेब, बकरं धरन्याच्या आतच वाघाला लाईटीवर मारा."

हे त्याच्या आधीच्या सूचनेच्या अगदी विरुद्ध होतं.

"का?"

"म्हंजे बकरं वाचंल आन् वाघ बी मिळंल तुमाला. कशाला खर्चात पडता?"

असे आम्ही कुजबुजतो आहोत, तोवर वाघ आला.

दादू म्हणाला, "सायेब, आला बघा, आला. हाना!"

मी डोळे फाडून समोर बघत होतो; पण किट्ट काळोखात काही नीट दिसत नव्हतं.

"दादू, मला दिसत नाही."

"सायेब, लाईटी टाका, लाईटी...."

मी एवढा प्रचंड गोंधळून गेलो होतो की, विचारून सोय नाही. समोर बिबळ्या येऊन बसलेला आहे. दादूला तो दिसतो आहे आणि मला मात्र ते कळू नये?

अत्यंत वेंधळेपणाने मी बंदुकीला जोडलेल्या दोन सेल्सच्या बॅटरीचं बटन सरकावलं आणि त्याच क्षणी, कसं कोण जाणे, ट्रिगरवरही बोट पडलं!

धडाडकन बार झाला. हादऱ्यानं बॅटरी विझली आणि बिबळ्या उडी मारून नाहीसा झाला.

काय झालं, ते मला मुळीच कळलं नाही. माझं बोट चुकून ट्रिगरवर पडलं, एवढं कळलं.

फार ओशाळा होऊन मी दादूला म्हणालो, "दादू, माझं चित्त स्थिर राहिलं नाही. समोर आलेला वाघ मी दवडला."

दादू तात्काळ म्हणाला, "जाऊ द्या. ते कुठं जातंय, सायेब? रानात जनावर हाय, आपल्या जवळ हत्यार हाय. हळहळून भागतं काय? आत्ता न्हाई, उद्या घावंल."

"पण असं कसं झालं? माझी बोटं ट्रिगरवर कशी गेली?"

"अवो, सायेब, समूर वाघ हाय म्हटल्यावर भल्याभल्यांना घाम सुटतो. शऱ्यार कापतं. त्यात तुमची तर पयली वेळ. असं चुकत माकतच शिकायचं असतं. काही घोर नाही. आपण घटकाभर वाट बघू, पुन्ना आला वाघ बकऱ्यावर, तर मारू; न्हाई तर रात जाऊन देऊन उद्या बगू."

रात्रीचे दहा वाजले. वाघ बकऱ्यावर आला नाही. आम्ही उठून मुक्कामावर आलो आणि झोपलो.

आता दुसरा सबंध दिवस डोंगरावर काढणं अटळ होतं. कारण वाघ काही दिवसाउजेडी बकऱ्यावर येणार नाही. त्याला रात्रच हवी. दिवसभर करायचं काय?

दादू म्हणाला, "त्या तकडं बुधल्याकडं जाऊ आन् हिंडू. एखादं भेकर मिळतंय का, बगू."

आता हा बुधल्या म्हणजे कुठल्या कुठे होता. चांगला पाच-एक मैल डोंगर तुडवून जावं लागणार होतं आणि सकाळी ऊन होईपर्यंत हिंडून पुन्हा ह्या जागी, पाच मैल परत यायला पाहिजे होतं. रात्री पुन्हा बकरं बांधून वाघाची वाट बघायची होतीच.

भल्या पहाटे आम्ही निघालो आणि प्रचंड पायपीट करून बुधल्याला येऊन पोहोचलो. खिंडी धरून बसलो. दादूचं म्हणणं होतं की, खालच्या रानात रात्रभर चरलेली डुकरं सकाळी-सकाळी खेळत, उड्या मारत वर चढतात आणि दडण शोधून दिवसाची विश्रांती घेतात. अशी ती परत येताना दिसली, तर बार होईल.

हळूहळू जंगल जागं झालं. पाखरं गोंधळ करू लागली.

– आणि देवानं धाडल्याप्रमाणं दोन भेकरं दबत-दबत खालच्या दरीतून

चढून गडावर आली. पुढचं नेटकं भेकर टप्प्यात येताच, मी बार काढला. भेकर लोळलं आणि क्षणभरात पुन्हा उठून भडाडलं. मी आणि दादू दोघंही पळून त्याला आडवे गेलो, पुन्हा बार घातला. भेकर पडलं!

आता दोन दिवस खायची चंगळ झाली, म्हणून दादूला आनंद झाला. रानात हिंडून त्याने वेल शोधून आणले. भेकराचे पाय बांधून ते ओझं मानेवर तोलीत तो म्हणाला, "चला, सायेब, आता कशाला थांबायचं?"

तो पुढे आणि मी मागे असे दोन-एक मैल आलो. ओझं वागवण्याची दादूची शक्ती बघून मी थक्क झालो. मुंगळा जसा आपल्यापेक्षा जास्ती जड भक्ष्य लीलेनं उचलून चालतो, तसा तो डोंगराची अवघड वाट चालत होता.

मध्ये एका झाडाखाली दोघंही थांबलो. दादूला तंबाखू मळायची होती, मलाही सिगरेट ओढायची होती.

ह्या झाडाखाली बसल्यावर सिगारेट ओढता-ओढता माझं लक्ष, माझ्या किंमतवान हत्याराकडे गेलं आणि एकदम ध्यानी आलं की, बंदुकीचा गार्ड कुठं तरी पडला आहे. माझा चेहरा काळवंडून गेला.

"दादू, घोटाळा झाला. बंदुकीचा गार्ड कुठं तरी पडला."

ज्यांना हत्याराची माहिती नाही, त्यांच्यासाठी 'गार्ड' म्हणजे काय, हे इथं मला सांगितलं पाहिजे. दुनळी बंदुकीच्या पुढच्या नळ्या आणि मागचा दस्ता ह्यांना जोडणारा दुवा, म्हणजे गार्ड. आठ-दहा इंच लांबीचा, चपटा असा हा लाकडी भाग असतो. तो गेला, म्हणजे बंदूक निकामीच झाली.

दादूही क्षणभर गप्प झाला.

एवढी प्रचंड वाटचाल आम्ही सकाळपासून केली होती. ह्या विस्तारात हा एवढासा गार्ड आता कुठं शोधायचा? तो कसा सापडणार? आणि नाही सापडला, तर माझं हे आवडतं हत्यार निकामी होणार. बारा-पंधराशे रुपये किमतीचं हे दुर्मीळ हत्यार केवळ माझ्या सुदैवानं मला मिळालं होतं. सुप्रसिद्ध अशा बनावटीची ही इंग्लिश गन होती. तिचा गार्ड मला ह्या देशात कोण करून देणार?

शिकार मिळाल्याचा सगळा आनंद ओसरून मी व्यथित झालो.

दादू म्हणाला, "तुम्ही काय काळजी करू नका, सायेब. घराकडं चला. हे वझं मी घरी टाकतो, तुम्ही इसरांती घ्या. मी माघारा येतो. आन् तुमची वस्तू हुडकतो. ती कुटं जानार न्हाई. पडल्या जागीच ऱ्हाईल."

"होय; पण कुठं शोधणार एवढ्या रानात?"

"ते माझं मी बगीन. तुमी घोर करू नका. आपण हिंडलो, ते समदं रान मी चाळीन."

बंदुकीच्या गार्डपुढं मला झालेल्या शिकारीची काही किंमत नव्हती. हे भेकर

इथंच टाकून द्यावं, फार तर बरं झाड बघून टांगावं आणि आधी गार्ड शोधावा, असं माझं मत होतं.

दादूनं ते ऐकून घेतलं आणि म्हणाला, "तुमची वस्तू कुठं जानार न्हाई, सायेब. मलाबी भेकराची किंमत न्हाई; पर तुमी आता दमलाय, ऊन झालंय. पोटात काई न्हाई. अशा भणाणल्या डोक्यानं, उपाशी पोटानं, थकल्या पायानं आपण कित्तीबी हुडकली, तरी वस्तू घावनार न्हाई. त्येला चित थीर लागतं."

मला दादूचं बोलणं पटत होतं आणि नव्हतंही. बंदुकीचा गार्ड पडल्यामुळं मी फारच नर्व्हस झालो होतो. उठलो आणि सरळ उलट दिशेनं चालू लागलो.

म्हणालो, "तू शिकार घरी टाकून ये, दादू. मी तोवर रान बघतो."

"छ्याऽ छ्या, येडं काय? तुमचं काम न्हाय हे. रान तुमच्या वळखीचं न्हाई, कुठं तरी भडाडाल."

फार आर्जवं, मिनत्या करून अखेर दादूनं आपलं म्हणणं मला ऐकायला लावलं.

दमून भागून मी मुक्कामावर आलो.

पुढची व्यवस्था करण्यासाठी दादूनं वस्तीवरच्या चार माणसांकडे शिकार दिली.

आम्ही दोघांनीही ताजी भाकरी आणि अंड्याची पोळी अशी न्याहरी केली. थोडे बसलो.

विचार करून दादू म्हणाला, "सायेब, आपण हितनं निघून खिंड धरून बसलो, तवर तर गार्ड पडलेला नव्हता?"

"नसणार. नाहीतर मला बार कसा घालता आला असता? काडतुसं मी तिथंच भरली."

"बरं, भेकरावर पयला बार टाकला, मग बंदूक उघडून काडतुसीचं टरफल तुमी काढून टाकलं हुतं का?"

"नाही, डाव्या नळीत बार होता. भेकरामागं पळताना बंदूक सेफ करूनच मी पळत होतो. दुसरा बार घातला, तो डाव्या नळीतलाच."

"आन् भेकर पडलं. मी मागनं पळत आलो. म्हंजे ह्याचा आर्थ काय झाला? पहिल्या बारानं गार्ड सैल झाला आण दुसऱ्या बारानंतर सुटून पडला. भेकार जिथं पडलं, तेवढ्या घेऱ्यात कुठं तरी गार्ड पडला."

"शक्य आहे!"

"मग तुमी आता इसरांती घ्या. मी जातो."

"मला वाटत नाही दादू, एवढ्या झाडाझुडपातून, गवता-चघळातून तो

एवढासा गार्ड दिसणार कसा?''

यावर दादू अगदी तत्त्वज्ञान्यासारखा बोलला, ''वस्तू आपल्याला मिळणार असंल माघारी, तर ती दर्यात पडली, तरी मिळणारच!''

दादू रानात गेला. मी झाडाच्या सावलीत चिंता करीत बसून राहिलो.

फार प्रयत्नानं, फार कष्टानं मी ही बंदूक पैदा केली होती. माझ्याच हलगर्जीपणामुळं ती अशी कामातून गेली, असं वाटून मला फार हळहळ वाटत होती. आता पुन्हा मी कितीही प्रयत्न केले, तरी असलं उत्तम हत्यार मला मिळवता येणं शक्य नव्हतं.

झाल्या गोष्टीचं दु:ख करत मी बराच वेळ पडून होतो. केव्हातरी झोप लागली.

दोन वाजता रानात गेलेला दादू बरोबर साडे-चार वाजता परत आला. येताना तो माझा हरवलेला गार्ड घेऊन आला होता.

एवढ्या अफाट रानातून, गवतातून, झुडपांतून त्यानं ही लहानशी वस्तू कशी शोधली, देव जाणे.

मला फार हर्ष झाला.

मी दादूला मिठी मारून हर्षभरानं म्हणालो, ''लाख मोलाचं काम झालं, दादू, हे! काय बक्षिसी देऊ तुला? माग, मागशील ते देईन!''

दादू ते ओशाळवाणं हसू तोंडावर आणून म्हणाला, ''एक सऱ्याचं आन् एक गोळीचं अशी दोन काडतुसं द्या. सायेब!''

■

'स्वरमाला', दिवाळी अंक, १९७६.

हातात बंदूक घेऊन पाषाण तलावाच्या आसपास हिंडत असताना, वीस-एक वर्षांपूर्वी माझी आणि भाऊ वैदूची पहिल्यांदा ओळख झाली आणि ती करून दिली पोपटांच्या एका थव्यानं.

भर दुपार झाली होती. हिंडून-हिंडून मी थकलो होतो. एका मोठ्या वडाच्या खोडाला पाठीचा रेटा देऊन पाय पसरून निवांत बसलो होतो. डोळे सुस्त झाले होते.

तेवढ्यात मोठमोठ्यानं आरडाओरडा करीत पोपटांचा एक लहान थवा माझ्या अगदी समोरून सणाणत निघून गेला. दुपारच्या अगदी निवांत वेळी ही पाखरं एवढी भ्याली, त्या अर्थी पलीकडच्या झाडीत त्यांनी काही जनावर पाहिलं असावं, असा तर्क मी केला. हे काही जंगल नव्हतं. फार मोठं श्वापद इथं असण्याचा संभव नव्हता. पोपट भ्याले, म्हणजे एखादा रानबोका, काळं इजाट किंवा भलं मोठं घुबड त्यांनी पाहिलं असावं. एरवीसुद्धा उडत जाणारा पोपटांचा थवा मोठमोठ्यानं बोलत जातो; पण आता मी ऐकलं, ते बोलणं नव्हतं. तो

। भाऊ वैद ।

कलकलाट भीतीपोटीच झाला होता. हे पोपट आपल्या काळाला भिऊन पळाले होते.

कोण बरं असावा हा काळ? सावकाश जाऊन बारीक नजरेनं शोधलं, तर झाडाच्या फांदीवर अजूनही तो मला दिसेल.

असं मी म्हणतो आहे, एवढ्यात डाव्या बाजूच्या झुपाटातून डोई वर काढून भाऊ उघड्यावर आला. त्याच्या हातात वेळूची लांब काठी होती.

डोक्याला, टाळू झाकेल, अशी मळकी आकारहीन टोपी, अंगात रेघारेघांचा मळका शर्ट आणि खाली विजार. पायात काही नाही. असं त्याचं ध्यान होतं.

दबकत-दबकत तो माझ्या दिशेनं आला. पुढं येऊन उभा राहिला. माझा खाकी पोशाख, जवळच उभी ठेवलेली दुनळी बंदूक, तोस्तान, पाण्याची बाटली हे बघून त्याचा काळा, वाळका चेहरा उजळला.

रामराम करून त्यानं विचारलं, "काय घावलं का?"

"नाही काही."

मग तोही भुई साफ करून, माझ्यापासून चार हात अंतरावर बसला. ती काठी त्यानं जवळ ठेवली आणि उगीचच हसरा चेहरा करून माझ्याकडं पाहिलं.

मी विचारलं, ''तुला काही घावलं का?''

तो म्हणाला, ''राघू दिसले, पन काठी लावंस्तवर उडाले, घावला नाही.''

राघू पकडणे हा भाऊच्या चरितार्थाचा व्यवसाय होता. राघू पकडायचे आणि दोन-दोन रुपायाला एक, असे हौशी गिऱ्हाइकांना विकायचे. ही राघू पकडण्याची त्याची पद्धतीही मोठी अतर्क्य होती. काय, तर म्हणे, उंच काठीच्या टोकाला वडाचा चीक आणि तेल यांचं मिश्रण लावायचं आणि झाडावर बसून फळं खाण्याच्या नादात असलेल राघूला हे चिकट टोक हळूच टेकवायचं. कुठंही नाही, नेमक्या वर्माच्या जागीच. राघू त्याला चिकटला, म्हणजे खाली ओढून घ्यायचा आणि पिशवीत टाकायचा.

ही हकीकत ऐकल्यावर मी अगदी चकित झालो. आम्ही झाडाखाली गेलो रे गेलो की, वर बसलेली पाखरं उडतात; पण तू त्यांना चिकट काठी टेकवीपर्यंत ती जागच्या जागी बसतात बरी, मी असा सवाल केला. त्यावर हसून भाऊ म्हणाला, ''तो तर कसब हाय!''

भाऊची मूळची भाषा तामिळ-तेलगूशी मिळतीजुळती असावी. मराठी बोलताना तो लिंगाचा भयंकर घोळ करी.

जराशानं तो म्हणाला, ''ससा घावला, तर मारशील का?''

मी म्हणालो, ''मारीन की! पण इथं तळ्यापाशी ससा कुठला?''

त्याच्या ओळखीचा असावा, तसा भाऊ म्हणाला, ''हाये. मी दावतो. मी आता लेंडी पडल्याली बघतली ना जागोजाग. अगदी हिरवी, ताजी.''

मग तो पुढे आणि मी मागे असे हिंडू लागलो. माझी अगदी खात्री झाली होती की, ससा राहावा, असं हे रान नाही. माणसांची, गुरांची वर्दळ होती, आसपास मनुष्यवस्ती होती. अशा जागी ससा राहील कुठला? पण भाऊ, माहितीच्या माणसाचं घर दाखवायला न्यावं, तसा मला नेत होता. मी गहाळच होतो. बंदूक पाठीशी अडकवून चाललो होतो.

एवढ्यात अगदी पुढच्या झुडपातून भसकन करड्या रंगाचा मोठा ससा उठला आणि टाणटाण उडत दिसेनासा झाला. मी चांगलाच हिरमुसलो. म्हणालो, ''च्ऽच्ऽ! समोरून गेला अगदी!''

''जाईल कुठं, रे? समदा पानी हाय आजूबाजूला... तू तय्यार ठेव काडतूस आन् ये माझ्या मागनं.''

मग तो हळूहळू चालत राहिला. वाकून-वाकून झुडपांच्या बुडाकडे पाहत राहिला.

थोडा वेळ असा गेला आणि हा एकदम थांबला. मला बोटानं खुणावून समोर दाखवू लागला. डोळे बारीक करून मी पाहिलं, तर झुडपाबुडी, पाठ आमच्याकडे करून, मुरून, कान पाठीशी पाडून बसलेला ससा दिसला. अगदी जवळ – फार तर वीस फूट अंतर असेल.

दाणकन बार झाला. ससा पडला. धावत जाऊन भाऊनं तो उचलून आणला.

पायाला उलटा धरलेला तो ससा माझ्या पुढं करून तो म्हणाला, "बघ, कसा माजलाय. तुझ्या-माझ्यासारखी चार माणसं पोटभर जेवतील!"

त्या दिवसापासून भाऊ वैदू माझा दोस्त झाला.

पुढे काही वर्षं सायकली दामटीतच आम्ही पुण्याच्या आसपासची रानं धुंडाळली. संध्याकाळी चारच्या सुमारास घरून निघायचं. चांदे-नांदे गावाला जायचं किंवा चिची-खिडीला, अंगारवाडीला जायचं किंवा शिंदेवाडीला किंवा आणखी कुठं. भाऊला पुण्याच्या आसपासचा सगळा भूगोल तळहातासारखा माहितीचा होता. कुठंही डोंगराच्या पायथ्याशी जाऊन एखाद्या झाडाला सायकली लावायच्या आणि अंधार पडला की, बॅटऱ्या चमकावीत शिकार शोधायची. डोंगर-घळींतून, ताली-ओघळींतून हिंड हिंड हिंडायचं. भाऊच्या जिवावर मी निर्भय असे. कधी वाट चुकली नाही. चोरट्यांनी लुबाडलं नाही. एकमेकांच्या संगतीनं, नि:शब्द, निर्मनुष्य, रानातून संगतीनं आम्ही मध्यरात्रीपर्यंत भटकत असू. थकलो, म्हणजे कुठंही, घामानं भिजलेले शर्ट काढून थंड हवेला बसत असू, बरोबर नेलेल्या भाकऱ्या खात असू, भुईला पाठ टेकून चांदण्याकडे बघत, उघड्या रानात पडत असू.

पुन्हा उठून भटकत असू.

इथं हिरवे डोळे चमकले, तिथं सायाळीचा खुळखुळा वाजला. तिकडं भेकर कोकलं. इकडं डुक्कर खसपसलं, असं चाले.

नेहमी शिकार मिळायचीच, असं नाही. फुकट वणवणच फार. दहा हेलपाट्यांतले आठ फुकट व्हायचे. कधी जनावरच दिसायचं नाही, तर कधी दिसलं, तरी बाराला पडायचं नाही. मी नवशिकाच आणि भाऊ बिनहत्यारी. तरी पण आमचा उत्साह कधी मावळला नाही.

अमक्या डोंगरात सायाळीचं बीळ आहे. तिथं रात्री दहाच्यापुढं जाऊन बसू या. तमक्या ठिकाणी भेकरं लेंड्या टाकतात, तिथं जाऊ या. त्या डोहात मरळ मासे आहेत, या वडावर हरेल पाखरांची वस्ती आहे. चित्तूर पक्षी इकडं आहेत, त्या वाटाण्याच्या पिकावर रात्री डुकरं येतात, अशा बातम्या घेऊन भाऊ माझ्या घरी येई आणि आम्ही दोघंच हिंडत असू.

भाऊ मला आपले वैद्यकीय ज्ञानही ऐकवी. कावळा दिसला, तरी तो मला म्हणे, "ह्याला हाण, रे!"

"कावळा कशाला मारायचा, भाऊ?"

"तुला ठावं नाही. त्याचं पित्त लई औशिदी असतं!"

घनछडी दिसली, तर हा म्हणे, "हिला मार."

"कशाला, भाऊ?"

"तिचं डोकं, चोच औशिदी असतं."

एकदा रानातच गारांच्या पावसानं गाठलं. जोरदार वादळ, पाऊस आणि गारा यांचा मारा झाला. मी आच्यारा का बिच्यारा होऊन भिजल्या मांजरासारखा झाडाखाली अंग आकसून उभा होतो आणि हा गारा वेचून रिकाम्या झालेल्या पाण्याच्या बाटलीत भरत होता.

"कशाला, भाऊ?"

"गाराचा पानी लई थंड. लेकराला गवर आला न् हे पानी पाजलं की, गवर गेलाच लगी. तुज्या घरी ठेव हे पानी."

पुढं मी जो मोकळा होतो, तो कामात गुंतलो. भाऊ वैदूसारखं रानामाळात हिंडणं, आनंदात राहणं मला कुठलं जमायला? मी चित्रपटाच्या कामात गुंतलो. माझ्या रात्री डेक्कन स्टूडिओत जाऊ लागल्या. भाऊची माझी गाठ होईना. झाली, तरी मला मोकळा वेळ मिळेना. एक-दोन-तीन वेळा भाऊ हेलपाटे घालून गेला. चवथ्या वेळेला मी त्याला म्हणालो, "भाऊ, गड्या, आता मला बिलकूल सवड नाही. चार-सहा महिने आता बंदूक पिशवीत बंद. तू उगीच माझ्या नादी लागू नकोस."

मग भाऊ वर्दी घेऊन येण्याचा बंद झाला. चार-पाच वर्षं तो फिरकलाच नाही.

मी आता नोकरी-धंद्यात पुरा गुंतून गेलो होतो.

एके दिवशी ध्यानी-मनी नसताना, आपला कोणी दोस्त बरोबर घेऊन भाऊ दत्त म्हणून हजर झाला. त्याच्यात भलताच फरक पडला होता. वाळक्या अंगाचा उंचेला भाऊ आता चांगला गोल गरगरीत झाला होता. दोंद सुटलं होतं. तक्क्यावर अभ्रा चढवावा, तसा त्यावर रेशमी अंगरखा चढवलेला होता. तलम धोतर होतं. पायात बूट होता. हातात घड्याळ होतं. या भरभराटीच्या खुणा बघून मी चकित झालो. म्हणालो, "काय, भाऊ, पत्ता काय तुझा?"

"हाये ना हितंच, दादा! तू म्हनलास, येऊ नगंस, म्हणून न्हाई आलो."

"धंदाबिंदा काढलास काय कसला?"

यावर तो हसला म्हणाला, "होय, आता शेट झालो!"

"ते दिसतंच आहे, पण कसला धंदा लाभला तुला?"

आडपडदा कसलाच नाही; चक्क त्यानं सांगूनच टाकलं की, मी आणि हा दोस्त दारू गाळण्याचा धंदा करतो. उत्तम दिवस आलेत आता. शिकारीला मात्र अजून जातो. कुत्री घेऊन. रानात गेल्याशिवाय करमत नाही. शिवाय या धंद्यातसुद्धा जास्ती रानातच राहावं लागतं.

इतकी सगळी प्रस्तावना करून त्यानं म्हटलं, "दादा, कधी गुंत्यात आलो, तर तुझ्याकडं यीन हा. मी घावलो, तर हा माझा दोस्त सांगायला येईल तुला!"

यावर मी कसनुसा हसलो. मनात म्हणालो, याच्यावर कधी प्रसंग येऊ नये. माझी परीक्षा होऊ नये.

भाऊ आणि त्याचा दोस्त निघून गेल्यावर सारखी रुखरुख लागून राहिली की, आपण एक गोष्ट केली नाही. भाऊला त्या दोस्तासमक्ष स्पष्ट सांगायला पाहिजे होतं की, 'बाबा रे, या धंद्यात पडून तुझ्यावर काही तोहमत आली, तर माझा तुला फारसा उपयोग होणार नाही. तू करतो आहेस, हा धंदा खोटा आहे. तो करू नकोस. करण्याजोगे दुसरे पुष्कळ उद्योग आहेत.' पुन्हा आला, म्हणजे त्याला हे सांगायचं, असं मी ठरवलं.

पण भाऊवर काही तोहमत आली नसावी किंवा गुंत्यातून सोडवणूक होण्याचा काही मार्ग त्याला सापडला असावा. कारण तो पुन्हा माझ्याकडे आलाच नाही.

बरीच वर्षं गेली, सुमारे सात-आठ एवढी. माझं बिऱ्हाड बदलून मी जिमखान्यावर राहायला गेलो आणि एका रविवारी ऐन दुपारी फाटक वाजलं. 'दादाऽ दादाऽ' अशा हाका ऐकू आल्या. कोण आहे म्हणून पाहिलं, तर पत्ता शोधून भाऊ मला आढळण्यासाठी आलेला. पुन्हा रोड झालेला. तसेच मळके फाटके कपडे अंगावर, हातात कुदळीसारखं एक हत्यार, पाठीशी रिकामं पोतं. भाऊचं आता वय झालं होतं. फार-फार फरक पडला होता. कदाचित फार दिवसांनी मी पाहिलं, म्हणून असं वाटलं असेल. भाऊनं आता चाळिशी ओलांडली होती. त्याच्या खाणाखुणा शरीरावर दिसत होत्या. डोईवरचे केस काय, पण दाढीची खुरटंसुद्धा पांढरी दिसू लागली होती.

घराच्या अंगणात भाऊ मांडी घालून बसला.

मी विचारलं, "काय, भाऊ, कसं काय?"

तेच नेहमीचं अश्राप हसणं.

“बरा हाय.”

“पार पांढरा झालास की!”

“तू बी लई खराब झालास बघ!”

“धंदापाणी?”

“ते काय न्हाई आता. दारूचा धंदा सोडला, त्याला लई वर्सं झाली.”

“का?”

“खराब लई. नको म्हनालो आपल्याला सोडून टाकला.”

पैसा तरी काही केलास काय, म्हणून विचारण्याची सोयच नव्हती. कारण त्याची कळाच सांगत होती की, हा भणंग आहे.

बरीच इकडची तिकडची चौकशी झाली. संसार, मुलंबाळं यावर बोलणं झालं.

मग विचारलं, “आता करतोस काय?”

तर हा म्हणतो, “रोज सकाळी उठून रानामंदी जातो. गुळवेल, काटीरिंगणी, शतावरी ही औषधं गोळा करतो अन् रसशाळेला इकतो.”

“काय मिळतं?”

“मणामागं आठ-नऊ रुपयं मिळत्यात!”

त्याचंही काही दु:ख नव्हतं. तक्रार नव्हती.

थोडा वेळ इकडचं तिकडचं झाल्यावर त्यानं नेहमीचा प्रश्न विचारला, “येतोस का? अडत्याच्या डोंगरात डुकरं लई हायेत.”

मी म्हणालो, “भाऊ, तू धंदा सोडलास, तशी मीही आता शिकार सोडली, बघ.”

भाऊला फार हसू आलं.

तो म्हणाला, “ती खराब गोष्ट होती, दादा. शिकार काय खराब न्हाय... बंदुका हायेत, का दिल्यास कुनाला!”

“आहेत अजून.”

“बघू, दाखव मला.”

त्यानं बंदुका डोळ्यांनी बघितल्या, त्यांच्यावरून हात फिरविला; आठ-दहा वर्षांपूर्वी आम्ही रानात काढलेले दिवस त्याला आठवले असावेत.

मग त्यानं विचारलं, “ल्योक केवढा झाला तुजा?”

“सात वर्षांचा.”

“बघू दे मला.”

“गेला शाळेला.”

“आता माझ्या लेकाला घिऊन यीन यकदा.”

इतकं म्हणून, फार दिवसांनी भेटलेला भाऊ वैदू काटेरिंगणीच्या, कडू

इंद्रवनाच्या, गुळवेलीच्या शोधात रानात निघून गेला.

मी माझ्या उद्योगाला लागलो.

म्हटल्याप्रमाणे एका भल्या सकाळी तो आपल्या लेकाला घेऊन आला. त्या पोरानं एक पिशवी बरोबर आणली होती.

दोघा लेकरांची गाठभेट झाली.

मग त्या पोरानं पिशवी उघडली आणि तळहाताएवढ्या आकाराचं एक लहानसं कासव काढून म्हटलं, "हे घ्या खेळायला."

फरशीवर ठेवताच चित्र वाटणारं ते कासव जिवंत झालं आणि किल्ली दिल्याप्रमाणं टणाटण उडत चालू लागलं.

पोरांनी टाळ्या पिटून गोंधळ केला.

आजूबाजूच्या पोरांचा घोळका जमा झाला.

भाऊ म्हणाला, "माशाला गेलो होतो नदीला, तवा हा घावला. दगडी जात हाय. त्येला भगोल्यात पाणी घालून ठेव. भाकरी, जवारीचं दानं खाऊ घाल, म्हंजे चांगला ऱ्हाईल."

मग दोन्ही लेकरांना जवळ घेऊन तो म्हणाला, "आता तुमा दोघांची जोडी, बरं का. दोघांनी मिळून शिकारीला जायाचं रानात."

आता शतावरी, गुळवेल आणायला चाललेला भाऊ वाकडी वाट करून घरी येतो. माझी त्याची बहुधा गाठ पडत नाही.

तो माझ्या मुलाला म्हणतो, "तू आता मोठा हो. म्हंजे तुला घिऊन रानात जाईन, माझा लेक, तू आन् मी. तुझा बा न्हाई आता कामाचा ऱ्हायला."

हेन्री थोरोनं एके ठिकाणी लिहिलं आहे :

"Many men go fishing all their lives without realizing that it is not the fish, they are after."

भाऊ वैद हा जाणता माणूस आहे. आपण रानात जातो, ते शिकारीमागं नाही, ते त्यालाही उमगलं आहे.

■

'रविवार सकाळ', दिवाळी, २० ऑक्टोबर १९६८.

पन्नास-पंचावन्न वर्षांपूर्वीची जुनी पुराणी चाळ. चार मजली अशा अनेक इमारती आत. जे भाग्यवान होते, त्यांना दोन खोल्या मिळाल्या होत्या; पण बहुतेक बिऱ्हाडं एका खोलीत राहणारी. नाना जातींची आणि नाना उद्योग करणारी माणसं ह्या चाळीत राहत होती. सगळ्या चाळीत मिळून पंधराशे-सोळाशे बिऱ्हाडं असावीत. राड, शिळं अन्न, केरकचरा, सदैव गलिच्छ संडास यांच्या वासात घामट माणसं इथं वर्षानुवर्ष राहत होती.

चाळीच्या मुख्य फाटकातून बरेच आत गेल्यावर जी चार मजली इमारत होती तिच्या चौथ्या मजल्यावर अगदी एका बाजूच्या अंधाऱ्या खोलीत मणिभाई एकटे राहत. रुंद खांद्यांचा बुटका माणूस, कपडे सदैव टापटिपीचे. बूट, पाटलोण, शर्ट, टाय असे. चेहरा सदा गंभीर. डोळे विलक्षण, त्याला पाहिलं की, वाटायचं हा माणूस जंतर-मंतर विद्या येणारा असावा. मनात आणलं, तर हा कुणाही माणसाला फुंकर घालून कुत्रं किंवा मांजर किंवा पोपट किंवा म्हैस किंवा काहीही करून टाकील.

मणिभाई

त्यांची खोली इतकी अंधारी होती की, दिवसासुद्धा लाईट लावल्याशिवाय काही करता येत नसे. ह्या खोलीत लहानशा टेबलाशी बसून हा माणूस सारखी पत्रं टाईप करत असे.

खोलीत दुसरं कोणीही कधी दिसलं नाही. फक्त एक गुबगुबीत, भलंमोठं मांजर होतं – भरपूर खाणारं आणि अत्यंत आळशी. काळ्या-कबऱ्या रंगाचं आणि पिवळ्या डोळ्यांचं. मणिभाई रिकामे आरामखुर्चीत पडले की, हे त्यांच्या मांडीवर जाऊन बसे. त्यामुळं मणिभाई कुठंही गेले, तरी ह्या मांजराचा वास त्यांच्या बरोबर असे.

खोलीत भिंतीला लागून एक मोठा कोच होता, त्याच्या पाठीमागे राख घालून एक खोकं ठेवलेलं असे. नैसर्गिक विधी करायचा झाला की, हे मांजर त्या कोचामागे जाई.

मणिभाईंचा कसला तरी बिझिनेस होता. कसला, हे नक्की कुणालाच माहीत नव्हतं. ह्या धंद्याची सर्व व्यवस्था ते स्वत: करीत. रोज बरीच पत्रं टाईप

करायची आणि बरीच छोटी-छोटी पार्सलं निरनिराळ्या गावी पाठवून द्यायची. असा एक प्रवाद होता की, त्यांना गुप्त औषधांची माहिती आहे. त्यांची ही औषधं, म्हणजे निरनिराळ्या पावडरी, ह्या देशातच काय, पण परदेशातसुद्धा खपतात. आफ्रिका, कुवेत, फिजी ह्या देशांतूनसुद्धा त्यांना गिऱ्हाईक आहे.

रोज सकाळी दहा वाजता खोलीला कुलूप लावून ते बाहेर पडत आणि पोस्टात जात. जाताना हातात एक लठ्ठ कातडी किटबॅग असे.

पोस्टात गेल्यावर अत्यंत अधीरपणे ते आपली पोस्ट बॉक्स उघडीत. बरंच टपाल आलं की, त्यांचा चेहरा आनंदून जाई. एखाद्या दिवशी पोस्टल ऑर्डरी असत. अगदी माफक किंमत त्यांनी आपल्या मालाला ठेवलेली असावी. चार रुपये चौदा पैसे. सहा रुपये सोळा पैसे. आठ रुपये नऊ पैसे एवढ्याच्याच किंवा अशाच सगळ्या पोस्टल ऑर्डरी असत. 'मणिभाई ॲण्ड को. जनसेवा' असा पत्ता असलेली ही पाकिटं एकवार फोडून पाहिली की, मणिभाई दुसऱ्या उद्योगाला लागत. अनेक पत्त्यांवर ते व्ही.पी.नं पार्सलं पाठवीत.

सर्वच महत्त्वाकांक्षी उद्योगमार्तंडाप्रमाणे मणिभाईंनी आपला धंदा लहान भांडवलावर सुरुवात करून चांगला जम बसवलेला होता. अनेक वर्तमानपत्रं चाळून, टेलिफोन डिरेक्टरची बुकं चाळून ते महत्त्वाचे पत्ते गोळा करीत. त्यांची यादी जवळ ठेवीत आणि आपल्या गिऱ्हाइकांशी संपर्क ठेवीत. नव्या-नव्या कल्पना नेहमी त्यांच्या डोक्यात येत. माणसाच्या खासगी गरजा पुष्कळदा अगदी साध्या असतात, पण त्या चटकन पुऱ्या होत नाहीत, असं लक्षात येताच त्यांनी लहान-सहान वस्तू माफक प्रमाणात माफक किमतीत पुरविणं सुरू केलं होतं. हा धंदा अनेक वर्षं लहान प्रमाणात चालू होता; पण तो वाढविण्याचा मार्ग एके दिवशी अगदी योगायोगानं मणिभाईंना सापडला.

आदल्या दिवशीच एका माणसाच्या पत्त्यावर त्यांनी एक माफक दरातल्या वस्तूची व्ही.पी. केली आणि दुसरे दिवशी ते गृहस्थ वारल्याची बातमी वर्तमानपत्रात वाचली. त्यानंतर वास्तविक व्ही.पी. परत येणं प्राप्त होतं. पण आश्चर्याची गोष्ट म्हणजे मृत माणसाच्या नातलगानं ती स्वीकारली आणि मणिभाईंना कल्पना सुचली. कोणीही वारल्याची बातमी, दुखवट्याच्या चार ओळी वाचल्या की, ते आपल्या मालाची व्ही.पी. त्या पत्त्यावर पाठवून देत. बहुतेक वेळा व्ही.पी. स्वीकारली जाई. पार्सल फोडून बघतात, तो त्यातून कामशास्त्राची सचित्र प्रत निघताच पुष्कळदा मृताच्या नातेवाइकाला धक्का बसे. एरवी विलक्षण सभ्य, निर्मळ चारित्र्य असलेल्या ह्या गृहस्थाची ही आवड पाहून त्यांना विस्मय वाटे.

एक गृहस्थ तर तावातावानं असलं पार्सल घेऊन चौकीवर गेले. प्रथम इन्स्पेक्टरनं ते सर्व पुस्तक गंभीर चेहऱ्यानं चाळलं. नंतर हवालदारानं चाळलं.

नंतर शिपायानं चाळलं आणि शेवटी खुलासा केला की, ह्यात आम्हाला काही करता येत नाही. ह्या पुस्तकावर बंदी नाही. ते बाजारात कुठं-कुठं मिळतं. दुर्मीळ आहे, एवढंच.

गृहस्थ चिडून म्हणाले, ''पण माझे वडील असलं पुस्तक मागवतील, हे अशक्य आहे.''

इन्स्पेक्टर शांतपणे म्हणाले, ''हे आता सिद्ध करता येणार नाही.''

''हो. पण मी सांगतोय ना! अहो, धार्मिक ग्रंथाखेरीज त्यांनी कधी काही वाचलं नाही, उभ्या आयुष्यात.''

''सगळं खरं आहे तुमचं; पण हा गुन्हा नाही.''

शेवटी हवालदार त्या गृहस्थास बाजूला घेऊन म्हणाले, ''तुम्हाला नको आहे का, मी घेतो. काय किंमत आहे?''

यावर गृहस्थ फारच भडकले.

संतापानं लाल चेहरा करून निघून गेले.

मणिभाईंच्या कार्डावर छापलेल्या फोटोंचा एक सेटही असे. वास्तविक तो गरजू गिऱ्हाइकांना पाठवायचा; पण स्वत: मणिभाईसुद्धा मन लावून फोटो बघत बसत. त्या वेळी त्यांचा चेहरा उदासवाणा, व्याकूळ होई.

हा गृहस्थ, एकटं मांजर सोडलं, तर कुणाशी कधी प्रेमानं बोलत नसे. नाही म्हणायला चाळीतली पोरं कधी-कधी त्यांच्या मागे लागत. मोठी माणसं त्यांना दटावून बाजूला करत. ही चूक मणिभाईंचीच होती. एकदा-दोनदा बरा मूड असताना त्यांनी मुलांना चॉकलेटं वाटली होती. लेमनच्या गोळ्या, पेपरमिंट असल्या वस्तू त्यांच्या खिशात नेहमी असत; पण त्या मुलांना वाटण्याची चूक त्यांनी फक्त दोन वेळा केली होती.

मोठी माणसं, शेजारी-पाजारी त्यांच्याशी कधी बोलत नसत, मणिभाईंची त्यांना भीती वाटे.

एकदा दहा वाजायच्या आत जिन्यावर बरेच बूट वाजले आणि मणिभाईंच्या दारावर आवाज झाला.

मणिभाईंच्या अगोदर मांजराच्या लक्षात धोका आला. मालकाच्या मांडीवरून मोठी उडी घेऊन ते कोचामागे गेलं. नेहमीप्रमाणे नैसर्गिक विधीसाठी नव्हे; कुणाला दिसू नये, म्हणून.

मणिभाईंनी निर्विकारपणे दार उघडलं, तर समोर पोलीस उभे. त्यांनी वॉरंट दाखवलं.

मणिभाईंनी नीट कपडे केले. बूट फडक्यानं पुसले. आरशात पाहून टाय बांधला. केस नीट विंचरले. आणि दाराला कुलूप लावून ते पोलिसांच्या बरोबर गेले.

चाळीतल्या लोकांना बरं वाटलं.

लॉकअपमध्ये दोन तास काढल्यानंतर मणिभाईंनी खिशातील डायरीचं एक पान फाडलं आणि त्यावर मजकूर लिहिला :

> 'सोबत माझ्या खोलीची चावी आहे. नेहमीप्रमाणे दारं-खिडक्या बंद केल्यामुळं माझं मांजर खोलीत कोंडलं गेलं आहे; ते उपाशी मरेल. कपाटात दूध आहे, ते त्याला द्यावं. उजव्या कोपऱ्यात टिनचा बंद डबा आहे, त्यात सुकी मासळी आहे. ती थोडी घालावी. थँक्स.'

– आणि पहाऱ्यावरील पोलिसांच्या हाती ती चिठ्ठी देऊन त्यांनी विनंती केली की, 'एवढा मेसेज इन्स्पेक्टरना द्या.'

■

'श्री' साप्ताहिक दिवाळी अंक.

संध्याकाळ झाली आहे. खोलीचं दार बंद करून मी गप्प बसून राहिलो आहे. पुराच्या पाण्यासारखा अंधार चढतो आहे. चोहोंकडून मला वेढून टाकतो आहे.

उघड्या खिडकीतून येणाऱ्या अंधूक उजेडात अद्याप काहीबाही दिसतं आहे. ही हारीनं लावलेली पुस्तकं, हे पडदे, हे बंद दार, ह्या खुर्च्या... पण हळूहळू अंधार चढतो आहे. खोलीचे कोपरे भरून गेले आहेत. खालची जमीन दिसेनाशी झाली आहे. माझे पाय अंधारात बुडाले आहेत.

पुराचं पाणी वाजतं, अंधार मुक्यानं येतो आहे. त्याचा थंड स्पर्शही होत नाही. आवाज न करता, स्पर्श न करता अंधार येतो आहे.

माझे हात दिसेनासे झालेत. अंगावर पांढरे कपडे तेवढे दिसतात. आजूबाजूचं आता काहीच दिसत नाही.

अंधाऱ्या डबक्यात पडलेल्या बेडकीसारखा काही क्षण मी पोहत राहतो आणि मग आधारासाठी धडपडतो.

आधी, अंधारात दडावं, हे बरं वाटलं. आता नुसतं तोंड तरी वर राहावं,

आक्का

म्हणून धडपड. जिवाची खूप घालमेल झाली, शरीराची झाली.

दमलो, भानावर आलो. सुस्कारा सोडला. वय सोलीत बसलो. एक-एक वर्षं, एक-एक टरफल. मोजायची जरुरी नाही. दाणा मिळेपर्यंत सोलायचं.

सोळा, सतरा, अठरा टरफलं पायांशी पडली.

“अगं, मामाला दे तिळगूळ, आणि नमस्कार कर.”

कुणाचा हा आवाज?

आक्कांचा.

सारं अंधूक-अंधूक झालं.

तेव्हाही मी असाच धडपडत होतो. जिवाची काहिली झाली होती तेव्हा. किती दूरवरची आठवण मनात आली आज.

दूरवर दिवा दिसला. वस्ती असावी. बांधाबांधावरून, काळ्या रानातून

चालून मी भेंडाळलो होतो. भुकेमुळं पोटात कळ उठत होती. कुठं तरी ऊनऊन जेवावं आणि हातपाय ताणून झोपून जावं, अशी तीव्र इच्छा झाली होती. भूक आणि विश्रांती याशिवाय दुसरं काही-काही नको वाटत होतं.

दिवा दिसत होता, त्या दिशेनं जोरात गेलो. झोपडीच्या दारात जाऊन उभा राहिलो. हाक दिली, "पाटील....!"

आत चूल पेटलेली होती. धूर आणि वास बाहेर येत होता. जानेवारी महिना, थंडीचे दिवस. अंगावर कांबळं घेऊन वस्तीचा मालक बाहेर आला.

"कोण?"

अंगात रेघारेघांचा निळा शर्ट, खाली दुटांगी धोतर, डोईला कोसला फेटा, हातात पिशवी अशा वेषात कोणी अनोळखी पोर समोर उभं राहिलेलं पाहून त्याला काही अंदाज लागेना.

"का हो?"

मी म्हणालो, "फरारी आहे, भूक लागलीय, रात्र काढायची आहे."

वस्तीचा मालक थोडा वेळ गप्प उभा राहिला. इकडं-तिकडं पाहून म्हणाला, "या आत...."

आत ऊब होती. कंदिलाचा उजेड होता, चुलीतल्या जाळाचा होता. धान्याची पोती रचून ठेवली होती.

पिशवी भिंतीला टेकवून मी पोत्याशी टेकून बसलो. पाय लांब पसरले. सुरक्षित वाटलं.

झोपडीत फारशी माणसं नव्हती. पोरंटोरं कदाचित झोपली असतील कुडाच्या पलीकडं. चुलीपुढं मात्र दोन बायका दिसत होत्या. एक म्हातारी होती, दुसरी तरुण होती. ती वस्तीची मालकीण असावी.

काहीच बोललं नाही, तर अगदी खाणावळीसारखं होईल, म्हणून मी मालकाला विचारलं, "पीकपाणी कसं काय यंदा?"

"बरंच म्हनायचं."

"किती एकर रान आहे?"

"अकरा!"

"विहीर?"

"आहे, पण सुकाळी."

असं काहीसं बोलणं झालं आणि मग बराच वेळ मोकळा गेला.

बसल्या-बसल्या मी पेंगत राहिलो.

स्वयंपाक झाला. पाण्याचा लोटा माझ्यापुढं ठेवीत मालक म्हणाला, "उठा, जेवण घ्या करून."

झोपडीच्या दारात उभा राहून मी काळोखात चूळ टाकली. तोंडावरून हात फिरवला, पायावर पाणी ओतून घेतलं आणि मालकानं टाकलेल्या चौपदरी कांबळ्यावर मांडी घालून बसलो.

म्हातारीनं पितळी समोर आणून ठेवली. सहा कोरा भाकरी होती. त्यातल्या दोन कोरा, पितळीभर पसरलेल्या ओल्या पावट्याच्या कालवणात बुडाल्या होत्या. पितळी पुढं येताच, पावट्याच्या कालवणाचा खमंग वास आला आणि माझ्या भुकेलेल्या तोंडाला चळकन पाणी सुटलं.

मालकाला विचारलं, "तुम्ही, हो?"

"आमचं झालं मगाशीच. घ्या तुम्ही."

इतकी चवदार भाकरी आणि इतकं चवदार कालवण मी उभ्या जन्मात खाल्लं नव्हतं. चार-सहा घास खाताच, मी आजूबाजूचं जग विसरलो आणि जेवणात पूर्ण गढून गेलो.

कालवण चांगलं झणझणीत होतं. तांबड्या मिरच्या ठेचून घातल्यामुळं जिभेला चरका बसत होता.

म्हातारीच्या हे ध्यानात आलं असावं. ओंजळभर भुईमुगाच्या शेंगा घेऊन येऊन ती माझ्या पानासमोर बसली आणि शेंगा समोर पसरून एका-एका शेंगेचं नाक भुईवर टेचलून, दाणे काढू लागली. दहा-बारा दाणे झाल्यावर तिनं ते माझ्या पितळीत टाकले.

मी जेवणात अगदी रंगून गेलो होतो.

म्हातारी बराच वेळ माझ्या तोंडाकडं बघत असावी.

एकाएकी तिचा घसा दाटून आला. माझ्या मऊ गुबगुबीत गालांवरून आपले दोन्ही हात फिरवून ती म्हणाली, "बाबा माज्या, कसा रं, गोरागोमटा हायेस! चांगल्या सुकातल्या घरातला दिसतोस. कुटं घर, कुटं आईबाप, कुटं मायेची मानसं आणि ते सगळं सोडून कसा रं वनवाशासारका भाकरी मागून खात रानावनातून हिंडतोयास?"

म्हातारीच्या या मायेनं, कणवेनं मी भानावर आलो. गंभीर झालो. आपली फार दैना आहे. चांगलं सुखाचं आयुष्य सोडून, ह्या पोरवयात आपण उगीचच्या उगीच वनवास पत्करला आहे. रानात राहणाऱ्या, काबाडकष्ट करणाऱ्या, गरिबीत दिवस काढणाऱ्या एका शेतकऱ्याच्या म्हातारीनं करुणा दाखवावी, असं आपलं काही झालं आहे, असं वाटून मी दीन झालो.

देशासाठी प्राणदान करण्याची ऊर्मी हा वेडेपणा वाटू लागला. सगळाच मूर्खपणा आहे, असं मनात आलं.

इथूनच घरी परतावं, आपल्या माणसात जावं, असं वाटू लागलं. पोटात

कालवू लागलं.

माझं जेवण होताच, म्हातारा खाकरला आणि म्हणाला, "हं, मी राखणीला जातोय पल्याडच्या तुकड्यात. तुमी हितं निजता, का येता तिकडं?"

"तिकडंच येतो, भल्या पहाटे उठायचं आहे."

मी पिशवी उचलली. म्हातारीला म्हणालो, "बराय, येतो आजी...."

– आणि मालकामागोमाग बाहेर पडलो.

काळोख होता, तरी चांदण्यांनी खच्चून भरलेल्या आकाशाखालची जमीन थोडी दिसत होती. मी अदमासानं मालकाच्या मागून चालत राहिलो. मधेच हळू आवाजात विचारलं, "इकडं काही धोका?"

"हायेत पोलीस-पार्ट्या, फिरत्यात राती अंधाराच्या, पर त्येला भिऊन भागतंया का?"

काळ्या रानातील राखणीसाठी बांधलेली खोप आली. चांगला गारठा सुटला होता. त्यात पोटात पाणी गेलेलं.

म्हातारीच्या बोलण्यानं मला सगळं व्यर्थ वाटू लागलं होतं. पाय भेंडाळल्यासारखे झाले होते. मालकाला 'बराय' म्हणलो आणि खोपीत एका कोपऱ्यात मुरगाळून पडलो. नुसत्या चादरीवर भागणार नाही, असं म्हणून शेताच्या मालकानं वरून कांबळं टाकलं.

दमल्यामुळं मला गुडूप झोप लागली; पण रात्री दोन-अडीचनंतर थंडी सुटली आणि जाग आली.

फार एकाकी वाटलं. घराची आठवण झाली. मागे सारी दैना होती. वडील थकले होते. लहान भावंडांची शिक्षणं व्हायची होती. बहिणीचं लग्न व्हायचं होतं. आई नेहमी आजारी असे. घरात काही आनंद नव्हता. मीच आता शिक्षण पुरं करून, कुठं तरी नोकरी धरावी आणि चार पैसे घरात आणावेत, तेव्हाच काही सुधारलं तर सुधारलं, एरवी हे असंच चालू राहणार, अशी परिस्थिती होती. आणि ह्या सगळ्याकडं डोळेझाक करून, 'मी चळवळीत जातो,' असं एक कारण सांगून मी गेली दोन वर्षं बाहेर पडलो होतो. घरी चिठ्ठीचपाटी लिहिली नव्हती, निरोप-सांगावा धाडला नव्हता. देशासाठी बलिदान करण्याच्या ऊर्मीनं मी इतका भारावून गेलो होतो

की, मायेचे सारे दोर मी कापून टाकले होते. आज इथं, तर उद्या तिथं असं भटकताना, रोज वेगवेगळे धाडसी कार्यक्रम ठरविताना, पत्रकं काढून वाटताना, व्याख्यानं देताना मला घरची आठवण होत नव्हती. वाटेल त्या हालअपेष्टा, धोके पत्करण्याची माझी तयारी होती.

पण आज त्या म्हातारीनं गालांवरून मायेचे हात फिरविले आणि कणवेचे बोल ऐकवले, तेव्हा घरची सारी ओढ उचंबळून आली. आपलं सारं चुकलं, आपल्यावर अवलंबून असणाऱ्या लोकांची आपण निराशा केली, त्यांच्यावर अन्याय केला, असं वाटू लागलं.

सगळं सोडून परत जावं का?

किती आनंद होईल सगळ्यांना!

'हा मोठा मुलगा आता हातातोंडाशी आला आहे. मॅट्रिक झाला, आणखी थोडं थांबलं, कळ सोसली की, ग्रॅज्युएट होईल. चांगली नोकरी मिळेल. माझ्यावरचा भार जाईल. सुखानं हरिऽ हरिऽ करीत बसेन,' असं म्हणून नाना सुस्कारा सोडतील.

रोज घरकामानं शरीराचा पिळा होणारी आई नेहमी म्हणे की, 'एकवार त्याचं लग्न होऊन सून घरात आली की, माझे वनवास संपतील.'

मी निघून आलो, तिनं आता कोणत्या आशेवर राहावं?

मी माघारी गेलं पाहिजे! ज्या घरात, भार घ्यायला इतर कुणी आहे, फारशी कर्तव्यं मागे नाहीत, अशांनाच देशभक्ती वगैरे ठीक आहे. आपल्यासारख्यांचं हे काम नव्हे, हे आपल्याला झेपणारं नाही, आजवर काही कामं केली, तेवढी पुरे झाली. अद्याप अंगावर काही शेकलेलं नाही. थोडीफार शिक्षा होईल, तेवढी भोगावी आणि पुन्हा घराकडं लक्ष पुरवावं.

जावं का परत? गेलंच पाहिजे.

असा विचार करता-करता, ह्या कुशीवर त्या कुशीवर होत होता, भली पहाट झाली.

तो कुणबी उठला. जांभया काढीत बोलला, "उठताय काय, हो?"

"आहे जागाच."

"गुराला वैरण टाकायची हाय. आता च्या घिऊन जा."

"छे-छे, आता निघणारच. चूळसुद्धा वाटेत एखाद्या विहिरीवर भरीन."

"जाऊ मी?"

"हो. रामराम. ओळखदेख असू द्या."

"आता पुन्ना कवा गाठ पडायची आन् काय! आवर्जून कशाला येताय?"

"खरं आहे. तसदी दिली आज तुम्हाला."

"छे, हो, इतकं करताय, आम्ही दोन घास दिलं, ह्यात काय मोठ्ठं केलं?"

बोलता-बोलता मी अंथरूण-पांघरूण आवरून पिशवी तयार केली होती. वस्तीच्या मालकाचा निरोप पुन्हा एकवार घेतला आणि पाय उचलला. मन पुन्हा पुन्हा म्हणत होतं की, परत घरी जावं; पण हा निश्चय पक्का होत नव्हता. एकीकडून वाटत होतं की, हा भ्याडपणा आहे. असा झगडा मनात घेऊनच, दिशा समोर ठरवून रानातून चालू लागलो.

ह्या भागात पिंटो नावाचा बहादूर डी.एस.पी. होता. तो आम्हा लोकांचा नंबर एकचा शत्रू होता. अचानक वावटळीसारखा तो तालुक्याहून उठे आणि बारा-बारा चौदा-चौदा मैलांच्या टापून बंदूकधारी शिपायांच्या टोळ्या घुसवून रान काढी. त्याचा झपाटा विलक्षण वेगवान होता. त्यातून बचावण्यास फार जपून रस्ता काढावा लागे. सर्व्हिस मोटारी, मोठे रस्ते हे प्रवासातून वगळावे लागतच; पण पायवाटेनं जाणंही धोक्याचं असे. रानं पिकांनी झाकलेली आहेत, अशातच आडरानातून हालचाली करणं सोईस्कर होतं. बांधाला बांध लागून ज्वारीची रानं असली म्हणजे एकवार एका पिकात बुडी मारली की, आडोसा घेत दोन-पाच मैलांचं रान सहज काटता येई. विचार करकरूनच असं पक्कं ठरविलं की, आता जायचं, त्या गावी काही दिवस घालवायचे आणि तिथूनच चळवळीची रजा घ्यायची, आपल्या माणसात जाऊन पडायचं. झालं एवढं पुरे झालं, आयुष्याची होळी नाही होऊ द्यायची.

दोन्हीकडे डोक्याच्यावर उंच शाळू लागलेल्या रानामधल्या बांधावरून मी जात राहिलो. बांधावरची हरळी दहिवरानं ओली झाली होती, पाय घसरत होते. पिकाच्या डोक्यावरून धुकं तरंगत होतं. हवा गार होती. रानपाखरांचे थवे उडत होते.

पायवाटा, रस्ते, गाव, वस्त्या टाळून मी चालत होतो. हा भाग काही माझ्या पायाखालचा नव्हता; पण काही ठळक गावं माहितीची होती. वाटेत आढळणाऱ्या शेतकऱ्यांना विचारून, दिशा तीच आहे, याची खात्री मी करून घेत होतो.

मधेच एका रानात हुरड्याची आगटी दिसली, तेव्हा वाट वाकडी करून गेलो. रानाचा तरणा मालक गुडदी जोंधळ्याची आठ-दहा कणसं काढून एकट्यापुरताच हुरडा भाजीत होता. मी जवळ उभा राहून राम-राम घातला

आणि हसून म्हटलं, "काय, बलुतेदाराचा वाटा मिळंल का?"

यावर तोही हसून म्हणाला, "बसा की."

त्यानं काही चौकशी, संशय दाखविण्याअगोदर मी विचारलं, "पार्टीबिर्टीची काही हालचाल?"

वेगळ्या नजरेनं माझ्याकडे पाहून घेऊन फेटेवाला म्हणाला, "ह्या चार-दोन दिवसात तरी काही नाही."

मग त्यानं आणखी दहा-बारा ताटं मोडून आणली. गरम-गरम, लुसलुशीत हुरडा मी भरपेट खाऊन घेतला.

म्हणालो, "आता मधी कुठं भाकरी मिळाली नाही, तरी काळजी नाही."

"तसं का? कुठंबी जाऊन जेवावं. आपल्या ह्या देशात भाकरीला काई तोटा न्हाई...."

निरोप घेऊन मी पुढं चालू लागलो.

हुरड्यानं अंग जड झालं, दुपारी बारा-एकची वेळ झाली. तेव्हा एक गार ओघळ पाहिली आणि करंजाच्या सावलीला जाऊन वाळून पसरलो. पिशवीतील टॉवेल काढून तोंडावर घातला. तासभर डुलकी झाली.

ओघळीला पाणी वाहत होतं. दुपारच्या उन्हात निव्वळ शंख पाणी चमकत होतं. वाळूत बसलो. अंघोळ करावी, करावी का, असा विचार केला. जायचं त्या गावी लवकर पोचूनही काही उपयोग नव्हता. थोडा उशीर लागला, तर बरंच होतं. अंधाराच्या आत पोचलं, म्हणजे झालं.

लंगोटा लावून धारेत बसलो आणि चिमणीसारखी मजेत अंघोळ केली. हलकं वाटलं. पुन्हा सावलीला बसलो. मुठीमुठीनं वाळू सोडली.

करंजांतून बोलणाऱ्या साळुंक्या ऐकल्या. एक मुंगूस तोंड दाखवून गेलं. पठाणी होले पाण्यावर आले. माझ्याप्रमाणेच त्यांनीही हुरडा खाल्लेला होता. पाणी पिऊन शांत झाल्यावर करंजाच्या डहाळीत बसून ते जरा वेळ घुमले आणि मग गप्प झाले. दोन खारोट्यांची पाठशिवणी बराच वेळ चालली होती.

ऊन उतरल्यावर मी पुन्हा प्रवास सुरू केला.

पोहोचायचं होतं, त्या गावी दिवेलागणीच्या थोडं अगोदरच पोहोचलो. सराईतासारखं जायचं होतं. सगळ्या सूचना होत्या. गावात शिरताच पेठेतून कुठं कसं वळायचं, किती अंतर जायचं, वाडा कसा आहे, कोण भेटेल, हे

सगळं माहीतच होतं. त्यामुळं कुणाला विचारलं नाही, पाचारलं नाही. थेट गेलो.

भल्यामोठ्या वाड्याचा दरवाजा उघडाच होता. चौक ओलांडून मी आत गेलो. ओसरीवर उभा राहिलो. पायाचा आवाज ऐकून आतून विचारणा आली, "कोण आहे?"

"मी... मामा."

नऊवारी नेसलेल्या, गोरटेल्या, सडसडीत अशा बाई बाहेर आल्या. पदर खोवलेला होता. तो सोडून म्हणाल्या, "या."

कपाळावर ठळक कुंकू होतं. वयानं पंचवीसपर्यंत असाव्यात. शहरात जन्म, शिक्षण झालेल्या आणि लग्न होऊन खेड्यातील मोठ्या घरात पडलेल्या दिसत होत्या. मी त्यांना आणि त्या मला पहिल्यांदाच बघत होत्या. पण तसं त्यांच्या चेहऱ्यावर कधी दिसलं नाही. माझा अनुभव होता की, कुणाच्या घरी असं गेलं की, माणसं काहीशी अस्वस्थ होत. त्यांच्या हालचालींत, बोलण्या-वागण्यांत सूक्ष्म गुप्तता दिसे. घरातील वातावरणात एक प्रकारचा ताण जाणवत राही. आक्कांच्या वागण्यात तसं काही दिसलं नाही.

माजघर अंधारं होतं. भिंतीला लागून लोकरीचं जाड जेन अंथरलेलं होतं.

आक्का म्हणाल्या, "बसा, दिवे लावते. मुली बाहेर गेल्यात खेळायला. आत्ता येतील."

त्यांच्या बोलण्यात विलक्षण मोकळेपणा होता. 'र' स्पष्ट उमटत नव्हता.

आक्का स्वयंपाकघरात गेल्या. मागं परसदार दिसत होतं. हातातली पिशवी खुंटीला अडकवून मी टॉवेल काढून घेतला आणि थेट परसदारी गेलो. गुराची दावण होती. कडबा रचलेला होता. विहिरीवर जाऊन मी रहाटानं पाणी शेंदलं आणि हात-पाय धुऊन आलो.

दरम्यान मुली परत आल्या असाव्यात. कारण स्वयंपाकघरातून दिव्या; दिव्या दीपत्कार ऐकू येत होतं. बाहेरच्या ओसरीवर कंदील टांगला होता. माजघरातल्या तिवईवर मोठा स्टँड होता. काय करावं, हे न कळून मी अंथरल्या जेनावर भिंतीला टेकून बसलो.

माझ्यावर वॉरंट नव्हतं; पण संशय होता. इथं राहून मला काही काम करावयाचं नव्हतं. केवळ महिनाभर सुरक्षित राहणं एवढंच काम होतं. काही कामगिरी मधेच येण्याचा संभव अर्थातच होता. ह्या घराविषयी मला काहीच माहिती का दिलेली नव्हती? आपण होऊन काही विचारणंही योग्य नव्हतं.

जरा वेळानं आक्का आणि दोन्ही मुली बाहेर आल्या. एक पाच वर्षांची,

दुसरी सात वर्षांची अशा मुली होत्या. दोघीही मातृमुखी होत्या. खेड्यातील मुली असूनही राहणी नीटनेटकी होती. अंगातल्या फ्रॉकची शिवण खेडेगावची दिसत नव्हती.

आक्का म्हणाल्या, ''मामांना नमस्कार करा.''

मुलींनी धीटपणे नमस्कार केला.

आक्कांनी सांगितलं, ''मामा आता आपल्याकडे काही दिवस राहणार आहेत, प्रभा. आमच्या नलूला फार बोलायला लागतं, बरं का, मामा.''

मुलींनी मामा कुठले, कोण म्हणून विचारलं नाही.

आईनं मामा म्हणून सांगितलं आणि त्यांनी मान्य केलं.

थोड्या वेळानं गुरं आली. गड्यानं ती बांधली. त्यांना पेंडपाणी, वैरणकाडी दिली की नाही, हे आक्कांनी जातीनं पाहिलं. दोन म्हशींच्या धारा स्वत: काढल्या.

आक्कांच्या कर्तबगार स्वभावाची मला थोडीफार जाणीव झाली. घरात पुरुषमाणूस कोणी नसावं, असं वाटलं. परगावी गेले असावेत, असा अंदाज बांधला. चौकशी अशी करायची नाही, कानांवर पडेल ते ऐकायचं, विचारलेल्या प्रश्नांची मोजकी तेवढी उत्तरं द्यायची, अशी सवय मी स्वत:ला लावून घेतली होती. वाड्याबाहेर सहसा पडायचं नाही, असंही ठरवून टाकलं होतं.

रात्री कंदिलाच्या प्रकाशात जेवणं झाली. आक्कांनी माझी कनवाळूपणे चौकशी मुळीच केली नाही. माझ्याशी बोलताना त्यांचा स्वर कौतुकाचा नव्हता. फार जिव्हाळा, आपुलकीही त्यांनी दाखविली नाही. कोरडं वाटावं, असं त्यांचं वागणं होतं. माझा नाही म्हटलं तरी हिरमोड झाला. एवढ्या कोवळ्या वयातला मी मुलगा. घरदार सोडून, स्वातंत्र्य-चळवळीच्या वणव्यात शिरलो होतो, याचं आक्कांना काहीच का वाटत नव्हतं? त्यांच्या दृष्टीत, आवाजात, काही-काही नव्हतं. मला वाटलं, मी नवा आलो आहे. थोडी भीड चेपली, म्हणजे आपोआप त्यांच्या वागण्यातून 'जेवढ्याचं तेवढं' जाईल. काही मायेनं बोलतील, कनवाळूपणे चौकशी करतील.

आठवडा उलटून गेला. दोन्ही मुली माझ्या चांगल्या सवयीच्या झाल्या. 'मामा मामा' म्हणून त्या सारख्या माझ्या भोवती-भोवती करू लागल्या. मी जाताना पिशवीत रंगाची पेटी आणि वही नेली होती. प्रभाचं आणि

नलूचं छान रंगीत चित्र मी काढलं. पाहणाऱ्यानं चकित व्हावं, इतकी छान चित्रं मी रंगवली होती. मुलींनी कौतुकानं ती आईला दाखवली. मला वाटलं, आक्का आता म्हणतील, "वा! मामा, तुम्ही फार चांगले चित्रकार आहात. कशाला ह्या धामधुमीत आता आणखी आयुष्य घालवता? मोठे चित्रकार व्हा."

पण आक्का तसं काही म्हणाल्या नाहीत. म्हणाल्या, "छान आहेत चित्रं."

कधी-कधी दोन्ही मुलींना समोर बसवून मी सिंदबादच्या सफरी सांगे. ह्या गोष्टी सांगताना मी नाटकच करी. हसायच्या वेळी हसे; रडायच्या वेळी घसा दाटून बोले. सिंदबादचा आवाज वेगळा, जहाजाच्या कप्तानाचा वेगळा.

मुली तासन्‌तास रंगून ऐकत. आक्काही येता-जाता ऐकत; पण कधी त्या म्हणाल्या नाहीत, "वा मामा, किती सुंदर गोष्टी सांगता, हो. तुम्ही नटही आहात की, आणि आवाजात किती भावना आणता. विलक्षण गं, बाई!" म्हणणे सोडाच, पण मी गोष्ट सांगताना आक्का कधी आवर्जून ऐकतही बसल्या नाहीत.

मुलींना काय कळणार? बोलता-बोलता त्यांनी एकवार मला सांगून टाकलं, "आमचे बाबा ना, येरवड्याला आहेत. चळवळीत भाग घेतला, म्हणून त्यांना शिक्षा झालीय. ते काही आता लवकर परत येणार नाहीत. आम्हीच जाणार आहोत पुन्हा एकदा भेटायला."

मी क्षणभर थक्क झालो. आतापर्यंत नवऱ्याबद्दल आक्का काही बोलल्या नव्हत्या. त्या माणसाचा एखादा फोटोही घरात दिसत नव्हता. का शिक्षा झाली, किती झाली, किती वर्षांची झाली? आणि आक्का ह्या दोन मुली घेऊन, हे घर, शेतीवाडी कोणत्या बळावर संभाळीत आहेत?

धाडस करून मी एकदा विचारलं, "प्रभाचे वडील कधी सुटणार आहेत?"

आक्का ताक घुसळीत होत्या. त्या रवी थांबवून म्हणाल्या, "सात वर्षांची शिक्षा झालीय. सूट मिळाली, तर सुटतील अगोदर."

"किती वर्षं झाली शिक्षा होऊन?"

"दोन."

हे सांगतानाही त्यांचा तोल जरासुद्धा गेला नाही. फार तिऱ्हाइतासारखं बोलल्या; पण आज मात्र त्यांचं व्यक्तिमत्त्व एकदम वाढून गेल्यासारखं

वाटलं. विलक्षण धैर्यवान, कर्तव्यकठोर अशी ही एक वीरपत्नी आहे, असं वाटलं.

पंधरा-एक दिवस झाल्यावर मी एकवार म्हटलं, ''आक्का, वाड्यात माणसं जातात येतात. मी कोण आहे, म्हणून कोणी संशयानं चौकशी केली का?''

''माझ्याजवळ फाजील चौकसपणा कोणी दाखवीत नाही. दोघा-तिघा गावकऱ्यांनी विचारलं, तेव्हा माझा ग्वाल्हेरचा चुलतभाऊ आहे, असं मी सांगितलं. त्यांना खोटं वाटणार नाही.''

एवढं उत्तर देऊन आक्कांनी विषय संपवला.

एक महिना उलटल्यावर, एके दिवशी मला पत्र आलं, म्हणजे आक्कांच्या पत्त्यावर पाकीट आलं. त्यांनी ते फोडलं, तेव्हा आत दुसरं एक लहान बंद पाकीट होतं आणि त्यावर 'मामांचे' एवढं लिहिलेलं होतं. आक्कांनी ते पाकीट निर्विकारपणे मला दिलं. मी मजकूर वाचला. मनोमनी खात्री झाली की, कोणत्यातरी मोठ्या कामगिरीवर जावं लागणार. आता माघार नाही. अंगावर येईल, ते पार पाडायचं आणि परिणाम भोगायचे. मनाचा कल आता पुन्हा घरदार याकडे झुकू द्यायचा नाही. दोर कापून टाकायचे.

दुसऱ्या दिवशी भल्या पहाटे मी आक्कांचा निरोप घेतला. भरल्या गळ्यानं म्हणालो, ''मला घरातल्यासारखं वागवलंत. तुमच्या ह्या उपकाराची परतफेड मी केव्हा आणि कशी करणार, कोण जाणे!''

आक्का फक्त ओठांत हसल्या. म्हणाल्या, ''बरं होतं महिनाभर, तुम्ही होता त्यामुळं. मुलींना आता चुकल्या चुकल्यासारखं होईल.''

मी नमस्कार केला आणि दरवाज्याबाहेर पडलो.

आज वीस वर्षं झाली. पुन्हा त्या आक्का मी पाहिल्या नाहीत. त्यांचं मला काहीच कळलं नाही. कळवून घेण्याचा प्रयत्नही मी कधी केला नाही. त्यांनीही कधी केला नाही. तिथं असताना त्यांनी माझ्या नावागावाची चौकशी केली नाही.

आज मी राजकारणात नाही, पण इतरत्र माझं नाव आहे. ह्यातलं आक्कांना काही माहिती आहे की नाही, कोण जाणे. त्या मुली आता केवढ्या झाल्या आहेत, कुठं आहेत, त्यांचे वडील केव्हा सुटले, आता काय करतात, मला काहीच माहीत नाही. आजतागायत नाही.

आज मला वाटतं की, आक्का फार शहाणपणानं वागल्या. त्यांनी थोडी सहानुभूती, कनवाळूपणा, माया दिली असती, तर माझं कर्तृत्व पांगळं झालं असतं. माझ्या हातून जे घडलं, ते घडलं नसतं. आपणही त्या मातृभूमीसाठी आपलं मूठभर आयुष्य वाहिलं आहे, हे समाधान आज मला आहे, ते मिळालं नसतं.

आक्का, तुम्ही कुठं असाल, कोण जाणे!
पण तुम्ही फार योग्य वागलात.
एका महिन्यात तुम्ही लहान पोराला पुरुष बनवलंत.
माझी तुमची कधी भेट होईल, होणारही नाही.
पण, अद्यापही कधी, अशी मनाची अवस्था झाली,
की तुमचं स्मरण होतं.
■

"नाव काय तुमचं?"
"उमाजी लक्ष्मण मंडले."
"जात कोणती?"
"रामोशी."
"वय काय?"
"वय पंचेचाळीस."
"काय धंदा करता इथं?"
"रखवालदारी करतो."
"रखवालदारी, म्हणजे काय?"
"लोकांची पिकं खुडून नेली, बैल चोरला, तर चोराचा माग काढतो."
"कोण सांगतं तुम्हाला हे करायला?"
"शेतकऱ्याकडून वर्दी येते. सरकारकडून माजी नेमणूक हाय."
"कुठं?"

उमाजी

"हितं – ह्या गावावर."
"सरकार काय देतं तुम्हाला त्याबद्दल?"
"इनाम म्हणजे, सर्वे नंबर ब्याण्णव... त्याच्यात एक कमी चाळीस एकर जमीन हाय. ही जमीन लागवडीला देऊन गावाचा धंदा करतो."
"धंदा कायमचा तोच करायचा?"
"होय."
"कोणाची चोरी झाली की, हे करायचं?"
"हां. चोरी झाली की, ती पकडणं. त्यांच्या ह्याला मदत करणं, सरकारला मदत करणं. फौजदार खातं असतं, त्याच्या सल्ल्यानं जायाचं. पकडायचं."
"मग एक चोरी पकडली की, तुम्हाला पैसे मिळतात का? का असं काही नाही."
"इनामदारी दिलेली आहे, तर...."
"सगळंच कायमचं इनाम मिळालेलं आहे? एक चोरी पकडली की, काही

मिळत नाही?''

''तसं मिळतं. पोटाला ह्ये देत्यात.''

''काय देतात?''

''देत असत्यात, तर कुटं काय चार-दोन रुपये देत्यात झालं. शिवाय, पोटाला आमाला कायतरी देत्यात.''

''म्हणजे तंबाखू खायला म्हणा, असा तुमचा खर्च चालवायला म्हणा....''

''हां.''

''आणखीन कसा काढायचा माग तो?''

''त्या मालकाची वर्दी आली, म्हणजे सकाळच्या पारी कामाला सुरुवात करायची.''

''किती वाजता सुरुवात करायची?''

''सादारण सात-आटच्या सुमाराला. आट-नऊच्या सुमाराला.''

''ते कसं कळतं तुम्हाला आठ-नऊ वाजले हे?''

''आट-नऊ वाजले, हे म्हंजे न्हेरीचा वकूत आला, का जायाचं.''

''न्याहारीचा वकूत कशावरनं ठरवता?''

''आं? दिवसाकडं बगायचं.''

''असं. सूर्याकडं बघायचं, का सावलीकडं पाहायचं?''

''सूर्याकडं... सावलीकडं त्याच्या.''

''कळतंच तुम्हाला. घड्याळबिड्याळ काही नाही?''

''अंहं. घड्याळ कुटलं अन् काय कुटलं? न्हेरीचा वकुत झाला, का जायाचं.''

''हं. मग आता ते सांगा सगळं. माग काढायचा, म्हणजे काय करायचं?''

''माग काडायचा. न्हेरीच्या वक्ताला, लागवळ यवडी दुसऱ्या मानसांची नसती.''

''अस्सं. का बरं?''

''दुसरी मानसं अजून हिंडली फिरल्याली नसत्यात. आन् त्या चोरट्याचा माग त्या सकाळच्या परातच असतो.''

''चोरी झाली, हे तुम्हाला कोण येऊन सांगतं?''

''त्या जित्राबाचा मालक येऊन सांगतो.''

''काय सांगतो?''

''माजा असा-असा बैल गेलाय चोरीला. मग त्यो पाटलाकडं जातो. लेखी वर्दी त्या पाटलांनी घेतली, म्हणजे त्यो पाटील आमाला सांगतो की, मागावर जावा, म्हणून. ह्येऽ ह्येऽ जित्राब गेलंय. त्या ठिकान्यावर जायचंय. ठिकान्यावर

गेलो, म्हंजे त्यांच्या त्या मागाची चवकशी करतो. म्हंजी चोरट्याचा माग हाय, का बैल सुटून गेलाय, का कुनी चेष्टा केली, का मस्करी करून कुटंतरी बैल बांदून घातलाय, असा आपल्या मनानं ताळमेळ घ्याचा. त्या ताळमेळातच समाजतं की, ह्यो बैल चोरीला गेला.''

''हे कशावरनं गेला समजायचं?''

''रात्रीच्या पारात त्यो बैल सोडला गेला, म्हंजी बांदावर किंवा झुडपावरनं. त्या चोरट्याला दिसत नसतं. त्याची गरबडच असती, बैल चोरून न्याचाय. पाटीमागं मालक उठत्योय का काय, ह्या धाकानं. आमची नेत्रं त्या मागावर कायम बसलेली असत्याती. आन् त्या मागाची पडतळ आमी घेतो. आता आपन रस्त्यानं चाललो, तर रस्ता सोडत नाही. चोरटा ह्यो रस्ता सोडून जातो. बांदावर ठेचकाळतो. बांदावर पडतो. पडल्यानंतर त्यो गरबडीनं उटायला तयारी करतो. गरबड चालते त्याची. मग ते आसपास योक चार वावांवर, आट वावांवर किंवा एखाद्या सरबांदावर जाताना धडपडतो. पडतो. मग आमी मनाला समजतो की, ह्यो चोरटा खास हाय. ह्याच्यात आता समजन्यात अडचन न्हाई. ह्यो बैल चोरून नेलाय, ह्ये खास झालं. पुना त्या मालकाला सांगायचं की, आमच्या पोटाची आदी सोय करा आन् मग आमी माग काढतो.''

''त्याला जाऊन सांगायचं की....''

''तितं जवळच असतो त्यो. आमच्याजवळच असतो. ह्ये आमी ठरवलं की, त्याला सांगतो की, आमच्या पोटाची काई तडजोड करा, पाटील. आमी आता ह्यो माग सोडत नाही. माग सोडत नाही, म्हटल्यावर कसुरतीनं काम करायचं. नाझऱ्याची हाद किंवा चोपडीची हाद किंवा ह्ये वाडीची हाद. ह्या हादीपातूर कसुरतीनं माग हादीवर आनायचा. हादीवर नेला, म्हंजे तितल्या पोलीस-पाटलाला, तितल्या रामोश्याला सांगायचं की, बा, आमच्या गावचा बैल असा चोरीला गेला हाय आन् तुमच्या हादीत माग आलाय. त्यो माग तर आमचा काढून द्या. न्हाय तर आमचा माल भरून द्या.''

''मग तिथं तुमचं काम संपतं का?''

''संपतं कसं? माल आमच्या ताब्यात आल्याशिवाय काम संपनार न्हाय. एकदा बघा, असा त्यो माग नाझऱ्याची हाद सोडून राजुरीच्या हादीपत्तूर ग्येला. ततले राजुरीचे लोक, त्ये पोलीस-पाटलाला सांगायचं की, असा आमचा माग आला. म्हंजे तितली ती दोन मानसं, त्ये पोलीस-पाटील किंवा रामोशी त्ये आमच्यात सामील. असं करत करत शेगावला गेलो. शेगावला पोलीस-पार्टी हाय. पोलीस-पाटलाकडं आन् या पोलीस-पार्टीकडं वर्दी दिली.

आमची वर्दी, म्हंजे, त्या पोलीस-पाटलाला आन् त्या पोलीस पार्टीला सांगनं हे काम आमचं. मग तितनं त्यांनी मदत करायला गेल्यावर त्यो चोरटा खास खास बैल नेनारा कोसारीचा हुता. कुंभारी कोसारी. हितं ह्या मागाला सुरुवात झाली की, ह्येराला सुरुवात करायची. त्यो चोरटा कोनं हाय; कुटला असावा, कुटनं आला हुता, कुन्याची सासरवाडी; कोन उनाडपनानं फिरतंय, कोन कुटं बसतंय, कुनाला सोबत कसली हाय, ह्ये तपासायला. येक मागावर तपास करायला चार-चौघंजन. बरोबर कोसारीचा चोरटा हुता. कोसारीची चोरी असल्यानं तितं तपासाला गेलो. तर त्या चोरट्यानं गावबी दिलं सोडून, समदं दिलं सोडून आन् हौरसन तिकुट्याच्या जागी गेला. म्हंजे जतच्या फुडं. धावत-पळत तितवर गेलो. चौघंजनी. चोरट्यानं तितं त्यो बैल इकला, पर त्यो घेनारा पैसं दिना. चिठ्ठी कर, म्हनल्याबरोबर ह्ये आमचं धरनं गेल्याबरोबर धावला. थांबला, धावला, सापडलं, त्यो बैल गुदरला ह्या हारसन तिकुट्याला. कचेरीला ग्येलो, त्यो बैल जप्त क्येला. त्या पोलीस-पाटलाला; पाटील संगटच हाय आता. तितनं पुन्ना पाटील आमाबरोबरच.''

''तोही तुमच्याबरोबर धावत असतो?''

''धावत असतो, म्हंजे आमची सोय नको का? कुटं थटलं गाडं, तं काडनार कोन? आमाला वाली कोन? म्हंजे पोलीस-पाटील, पोलीस-पार्टी. म्हनून पोलीस-पाटील बरोबरच असत्यो. मगा तितं त्यो बैल गुदरला. त्यो चोरून नेनाऱ्याला अटकंत बसवून ठिवला आन् मंग पुन्ना आमी आपले परत तितनं....''

''किती दिवस लागले साधारण हा माग काढायला?''

''सात दिवस लागले.''

''सात दिवस लागले? मग सात दिवसात तुमचं जेवण-खाण कुठं झालं?''

''जेवनखान ह्ये गावात माग घेऊन गेलं की, तितं म्हंजे पोलीस-पाटलानं भाकरी गोळा करायच्या घरोघरीच्या, आन् आमच्या म्होरं आनायच्या. आपलं खायाचं काय आंबाड्याची भाजी असो, न्हाईऽऽत भात एखादा असो, न्हाईऽऽत माडगं.''

''माडगं म्हणजे काय?''

''माडगं म्हंजे त्ये हुलग्याचं असतं.''

''नुसतंच?''

''मग? काय करायचं? काय इलाजच न्हाई.''

''चहापाणी वगैरे?''

''काय म्हाइतीच न्हाई चा-पानी, तर कशाचं चा-पानी न् काय? चा कसला

असतो, ह्यो सुदा म्हाइती न्हाई.''

''परत कसं येता?''

''पायी पायीच. चालतच याचं.''

''एस.टी.नी वगैरे नाही?''

''कुटली येष्टीन कुटला पैसा आन् कुटलं काय!''

''अस्सं! आणि इथं येऊन पोचायचं?''

''हं. तवर मालकानं पळवाट काडलीच की, कुनीकडं तरी ग्येला तो. मग त्यो मालक का माघारी येतो, तं आता त्येला खर्चाया अर्चाया न्हाई म्हंताना तवर आता त्या मालकानं द्यायचं. चोरी होनाऱ्यानं द्यायचं रुपया-आट आनं. त्ये गावात यायचं. मग आमी का कराचं? आमी आपलं मग कुटं माडगं खा, कुठं भाजी खा, कुटं भाकरी खा, असं करत आपलं गाव गाटायचं. गावाला आलं, तितं यकदा फौजदार-कचेरीत जायाचं, त्यांना त्यो हवाला सांगायचा आन् मग आपलं....''

''मग इथं मालकाला त्याला बैल कोण ताब्यात देतं?''

''त्ये आता सरकारकडं. आमचं काई काम ऱ्हायलं न्हाई त्याच्यात.''

''झालं? तुमचं काम संपलं? मग मालक तुम्हाला काही खुशीनं देतो की, नाही?''

''द्यायचं कुटं व्हंड्या पायल्या दोन पायल्या, न्हायत बाजरी चार पायल्या, न्हाई तं मग चार भाकरी.''

''अस्सं. पैसेबैसे काही देत नाहीत?''

''पैसा कशाला आलाय आन् पैसा कुटला आलाय?''

''अस्सं. तुम्ही हे काम किती वर्षं करताय?''

''ह्ये काम आमच्या पिढीन्‌पिढी आलं.''

''म्हणजे तुमचे वडील तेच करत होते?''

''वडील त्येच करत होता, आजा त्येच करत हुता, मी त्येच करतुया आन् आता....''

''आणि मुलगा काय करतो?''

''मुलगा... मुलगा आत्ता-आत्ता जरा – सुदरायची बाजू झालीया.''

''असं. मग आता तुम्ही काय करता?''

''आता मी ह्येच करतोय.''

''माग काढणं?''

''होय.''

''गावात किती लोक आहेत असे माग काढणारे?''

"आमी दोगं-चौगं हाय नव्हं का?"

"तुम्ही मिळूनच जाता सगळे?"

"मिळून गेल्याशिवाय मागच निघत न्हाय. एकाचं यक नेत्रं चुकली, तर दुसऱ्याचं काइतरी हुतंय. ते बघूनशानी काम करायचं."

"शेतामधे आणखी कसल्या कसल्या चोऱ्या होतात?"

"जुंधळ्याची कनसं कुनाची चोरीला जात्यात, मक्याची कनसं कुनाची चोरीला जात्याती, कुनाचा कापूस असत्यो, तो कापूसबी नेतोय एकादा काडून, अशा चोऱ्या हुत्याती."

"पण ते शेतातलं सगळं धान्य चोरीला जातं? का थोडीशी कणसं चोरीला जातात?"

"सगळं कसं जातंय? थोडं आपलं कामापुरतं, चार-दोन आन्याचं, रुपया-आट आन्याचं. येवडंच. त्याची गरज भागंल, तसं. चोरट्याला गरज लागली, म्हंजे त्याची चोरी लागली."

"तोही चोर तुम्ही तसाच शोधता?"

"त्योबी चोर मागावरनंच. गावच्या ह्या गाड्यात जे लोक असत्याती, त्ये समदे आमच्या माहितीतच असत्यात. त्यांचे माग, त्यांच्या चपला, त्यांच्या चपल्याला खिळं किती, त्ये समदं आमच्या ध्यानात. धंदाच आमाला त्यो हाय, तर मग आमचं त्ये जमतंच. भाकरी मागून खायाच्या आन् त्ये ध्यान राकत बसायचं."

"आणखी कसली चोरी होते? तुमचा तो मोट-नाडा... ती शेतीची साधनं असतात, त्यांची होते का चोरी कधी?"

"त्याची कौचित होतेय."

"म्हणजे ते टिकाव, फावडं असलं चोरीला जातं?"

"त्ये ततल्या ततं होत्यात आन् त्ये ततल्या ततं मिटतं बी. त्ये लई विशेष आमापतूर काई येत न्हाई."

"येते, ती मोठी चोरी फक्त?"

"हां, ती होऊन-होऊन मोटी झाली, म्हंजे आमापत्तूर येते. ह्या भानगडी झाल्या आन् त्या मिटंना झालं, म्हंजे मग पोलीस पाटील अन् आमी."

"बरं सकाळी किती वाजता उठता? शेतावर कामाला किती वाजता जाता?"

"जरा ह्ये पेंडक दिवस आला म्हंजे जातो. पेंडक म्हंजे वावभर, हातभर असा येतोय वर, का न्हाई त पुना इचाराल, पेंडक म्हंजे कसं म्हनाल! त त्ये तसलं काई न्हाई. आता वावभर हातभर दिवस येतो उगवून वर."

"ते कसं कळायचं वावभर दिवस उगवला, म्हणून?"

"आं? आता दिवसाकडं बघायला आमाला डोळंच हायतं की, वो! डोळं हायतं, तितं आमाला दिसतंयच, का दिवस किती वाव आलाय, का दोन वाव आलाय का हातभर आलाय त्यो. कळतंय न कळतंय, तो आपलं चार भाकरी आपली अर्दी भाकरी बांदायची का सुटायचं."

"सकाळी काही खाऊन-पिऊन जायचं नाही का?"

"काय खातुया? शिळ्या... शिळ्या भाकऱ्या ऱ्हायलेल्या-तेवड्याचं तुकडं. यकादी दुसरी पोरांतनं ऱ्हायली, तर तेवढी खायाची आन जायाचं."

"आणि मग दुपारी कोणी जेवण घेऊन येत नाही का?"

"कशाला घेऊन येत्याती? जर असलंच, तर येत्याती. नसलंऽऽ, तर कशाची येत्याती! पुना मग सावकाशऽऽ याचं."

"घरी परत यायचं?"

"हां. घरी परत याचं!"

"आणि मग पुन्हा जायचं नाही?"

"पुना न्हाई जायाचं!"

"अस्सं. मग घरी काय करता?"

"घरी काय जरा आंगोळ कराची. काय असलं, तर टुकडा खायाचा."

"गावात चक्कर मारून यायची?"

"हां, एक चक्कर मारायची गावात."

"कोणाकडे जाऊन बसता की, नाही?"

"बसायचं."

"गप्पा मारायच्या आपल्या हिकुडच्या-तिकुडल्या. सकाळी उटल्यावर धंद्याला जायाचं. आशा हाय, आना-दोन आने कुटं मिळत्यात का, बगायचं."

"संध्याकाळी देवळात कधी जाता, का नाही?"

"एखांदे दिशी कौचित देवाकडं जायाचं. कंटाळा आला, म्हंजे मग कशाचा देव आन् कशाचा काय?"

■

'तरुण भारत', दिवाळी, १९७२.

। स्मरणे ।

कोणतीही बाब असावी त्यापेक्षा जास्त फुगली, तर तिची चव जाते, डौल जातो. खेडेगावाचं तसंच आहे, हजार-पंधराशे, फार-फार तर अडीच-तीन हजार एवढी वस्ती असली, तर खेडं बरं राहतं. त्यापेक्षा वाढलं; धड शहरगाव नाही, धड खेडेगाव नाही, अशी मधली स्थिती आली, तर सगळा नास होऊन जातो.

सांडपाणी, गटारं, पडकी घरं, धुरोळा, घाण हे सगळं अनावर होतं. मग माणसंही धड राहत नाहीत. उपसा नसलेल्या बारवेतील पाणी नासावं, तशी उभ्या गावची हवाच नासते.

आमच्या गावची वस्ती हजार बाराशे. कमरेभोवती हात टाकावा, तसा गावाभोवती ओढा. गावची वस्ती संपली की, लगेच चारी दिशांना काळी, तांबडी जमीन. काही बागाईत, काही जिराईत. बागाईत कमी, जिराईत जास्त. सगळा मुलूख सपाट. डोंगर-टेकडी कुठं क्षितिजापर्यंत दिसत नाही. त्यामुळं वाऱ्याला रान मोकळं. आषाढात असं उभं वारं सुटे की, बोलून सोय नाही. कुठं

। सांगण्यासारखं गाव ।

रानात घटकाभर बसायचं, तर गोठ्याची पाठभिंत, मोठ्या झाडाचं बूड, निदान शेताचा बांध असं काही तरी वारेथटीला घेऊन बसायचं. नाहीपेक्षा बसला माणूस उन्मळून पडावा, असलं वारं.

ह्या वाऱ्याच्या जोडीला पाऊसकाळ अगदी बेताचा आणि ऊन उत्तम. वाऱ्यामुळं गाव लख्ख लोटलेलं राही आणि उन्हामुळं स्वच्छ कोरडं राही. सांडपाण्याची डबकी किंवा वाहती गटारं गावात कधीही माजली नाहीत.

सार्वजनिक बागा वगैरे असाव्यात, ह्याची कल्पना गावाला नाही, पण जागजागी प्रचंड विस्तार असलेले नि जोपासलेले हिरवेगार निंबाचे वृक्ष आहेत. त्यांच्याखालची जागा म्हणजे बागशाहीच. एवढ्या एवढ्याशा गावात असे महावृक्ष आठ-दहा तरी आहेत. एक देवळापुढं आहे, एक सोनाराच्या घरापुढं, एक सुतारमेटावर, तीन वेशीत, एक लोहाराच्या घरापुढं, एक नाना कुलकर्ण्यांच्या परसदारी. शिवाय चिंच, पिंपळ, बेल अशी झाडं आहेतच. गावची मंडळी शेतात नसली, म्हणजे गावात असतात आणि घरात नसली, म्हणजे

निंबाखाली सापडतात.

गावाला तसा काही नेटका आकार नव्हता. रानात झाड उगवावं, वाढावं, तसं गाव उगवलं होतं आणि वाढलं होतं. इथं-तिथं धाब्याची लहानमोठी घरं होती. काडानं शेकारलेली छपरं, गोठे होते. घरापुढं जागजागी पिण्याच्या पाण्यासाठी आड होते. अंगणात मातीची तुळशी वृंदावनं होती. घरापुढं, परसात – शेवग्याची, हादग्याची, कोरांटीची, डाळिंबाची, देवकापसाची झाडं होती. जास्वंद, सदाफुली, कोरांटी, सब्जा असली फुलझाडं होती.

वठलेलं एखादं झाडसुद्धा जसं आजूबाजूच्या सगळ्या भूभागाला आब मिळवून देतं, तसा या वेड्याबागड्या गावानं सभोवतालच्या सपाट रानाला आब मात्र मिळवून दिला होता. लांबून बघितलं, तर गाव बरं दिसे.

गावात दोन धर्मांची आणि बऱ्याच जातीपातींची माणसं होती. चार घरं मुसलमानाची होती, आठ ब्राह्मणांची होती, महार होते, मांग होते, रामोशी होते आणि होलारही होते, त्यांच्याशिवाय बाकीची वस्ती कुणब्यांची, 'बरे झाले, कुणबी झालो, नाही तरी दंभे असतो मेले,' असे तुकारामबोवांनी ज्या जातीबद्दल म्हटलं आहे त्या जातीची. शहाण्णव कुळीचे म्हणून सांगणारं कोणी नव्हतं. दंभानं मरावं, असा उंचपणा कुणापाशीच नव्हता. कुणाचं घर कुठं असावं, याला काही हिशेब नव्हता. ब्राह्मणांची ओळीनं असलेली तीन घरं सोडली की, पलीकडं रामोश्यांची घरं होती. वरची आळी म्हणून ओळखल्या जाणाऱ्या ब्राह्मणाच्या घराला लागूनच काही अंतरावर महारवाडा होता.

पंचवीस एक वर्षांपूर्वी गावाला दुकान नव्हतं. पाच मैलांवर असलेल्या तालुक्याच्या गावचा वाणी आला आणि त्यानं दुकान पुढं कधी तरी घातलं. त्या अगोदर तालुक्याला जाऊनच काही वस्तू आणाव्या लागत. शेतकऱ्यांच्या, शेतमजुरांच्या आणि इतर बलुतेदारांच्या बायका आठवड्याच्या बाजाराला जाऊन पाहिजे त्या वस्तू घेऊन येत. ह्या बाजारहाटीसाठी रोख पैसा देण्याऐवजी थोडंसं धान्य, भाजीपाला, कोंबड्या, अंडी, कोकरू, बकरं असं नेऊन त्यांची विक्री करून आलेल्या पैशांतून बाजार आणण्याकडे कल असे. पाऊसकाळ कमी आणि बागाईत जमीन थोडकी, ह्यामुळं गावची आर्थिक परिस्थिती आपली जेमतेम होती. 'फार गरीब', 'गरीब' आणि 'बरं' अशी उतरंड होती. धनवान असं कोणी नव्हतंच.

गावातील मुसलमान मोमिनाची घरं हातमागाची पांढरी आटपळी आणि

पासोड्या विणत. हे पांढरं कापड घेऊन लोक अंगरखी शिवत. त्यासाठी तालुक्याचा शिंपी बघावा लागे. धोतरं, मुंडाशी तालुक्यातच मिळत. कोष्टी लोकांनी हातमागावर विणलेली सणंगं, खण बायका वापरत. तीन मैलांवर असलेल्या बलवडी गावचे सणगर हातमागावर उत्तम घोंगडी विणत. अंथरूण-पांघरूण म्हणून सर्रास घोंगड्यांचा वापर होई. पाऊस झाल्यावर घोंगड्यांची खोळ छत्रीऐवजी उपयोगात येई. उन्हापासून आडोसा घेण्यासाठी मेंढरे लोक काठीचा टेकू देऊन घोंगड्यांचा जुजबी तंबू अंगाभोवती उभा करीत. डोईचं आठ हात मुंडासं आणि नेसूचं धोतर ह्यांचा उपयोगही अनेक गोष्टींसाठी होई.

वाण्याचं दुकान गावात आलं, तरी वाण्याची सगळी ओढ तालुक्याला असलेल्या आपल्या मोठ्या दुकानाकडं असे. एक खाष्ट म्हातारी त्यानं ह्या दुकानावर बसविलेली असे. मापटंभर धान्य, शेंगा, कापूस, वैरणीच्या पेंड्या असल्या काही वस्तू तिला घालून त्या बदली गूळ, तेल, रॉकेल, फुटाणे, चहा, साखर असल्या वस्तू लोक खरेदी करत. करंजीच्या बिया, बाभळीचा डिंक ह्या वस्तूही दुकानात स्वीकारल्या जात. हा व्यवहार कोणत्या गणितानं होत असे, हे मात्र सांगता येणार नाही; पण तो गावाला सोईस्कर आणि वाण्याला फायद्याचा असावा, कारण लवकरच वाण्यानं सात एकरांचं एक शेत गावात खरेदी केलं आणि दुकान बांधलं.

बरेच लोक भल्या पहाटे उठून रानात बैल चारायला जात, काही शेतकामाला जात, काही रोजगाराला जात. बऱ्याच बायकासुद्धा रोजगाराला, शेतकामाला, सर्पण गोळा करायला, म्हशी, शेरडं राखायला जात. भर दुपारी गावात लहान मुलं म्हाताऱ्या बायका, कोंबड्या, कुत्री आणि आळशी माणसं ह्यांचाच तेवढा वावर असे.

दिवस मावळायला आल्यावर गुरं, शेरडं, पुरुष माणसं, बायका आणि कावळे रानातून गावाकडं परत येत. गुरांचं हंबरणं, कावळ्यांची कावकाव, बायकांचे उंच आवाज असा घटका दोन घटका अगदी कालवा चाले.

मग घरोघरी दिवे लागत. गावात कंदील कमी होते. समया, कडू तेलाचे दिवे, रॉकेलच्या टिनच्या ढणढण करणाऱ्या चिमण्या वापरल्या जात. काड्याच्या पेटीचा वापर फार जपून होई. शक्यतोवर आपल्या घरून दिवा नेऊन तो शेजारणीच्या दिव्यावर पेटवून आणला जाई.

घरोघरी चुली पेटत. धुराचा आणि कांद्यांच्या कालवणाचा वास सगळीकडे येऊ लागे. गाईम्हशींच्या धारा निघत. गुरांना वैरणी घातल्या जात. भाविक लोक मारुतीच्या देवळात जाऊन घंटा बडवून येत.

गावाचा तराळ आणि नाईक – म्हणजे महार आणि रामोशी – हातात टोपली घेऊन घरोघरी जाई. हक्काची भाकरी मागून नेई. चौत-चौत गरम भाकरींनी त्यांच्या टोपल्या अर्ध्या भरत. ही भिक्षा किंवा माधुकरी नव्हे, गावाच्या सेवेबद्दल हे इनाम मिळालेलं असे, हा हक्क इतर कुणाला नसे.

मग पितळ्या पुढ्यात घेऊन जेवणं होत. ज्वारीची भाकरी, दूध, ठेचा, सांडगा, कडधान्याची उसळ किंवा डाळीची आमटी असले पदार्थ जेवणात असत. पाऊसकाळ असला, तर कुणाकुणाच्या घरी तव्यावर परतलेली पालेभाजी किंवा दोडका, वांगं, कारलं असली भाजीही असे. अगदी क्वचित अंड्याची पोळी असे. मटण-मासे हा प्रकार फारच क्वचित. दारू-पाण्याचा शौक कुणाला परवडण्यासारखा नव्हता. अमका-तमका दारूपाणी करतो, असा बभ्रा कुणाबद्दल गावात कधी झाला नाही.

सणाचं जेवण नेहमी संध्याकाळी होई. दुपारी नाही. सणाला पुरणाची पोळी, गुळवणी, शेक असा बेत असे. फार लवकर गावात निजानीज होई. नऊ-दहाच्या पुढं, काळोख्या रात्री, कोणी पाहुणा गावाच्या दिशेनं वाट चालत असला, तर त्याला दिवा असा गावच्या बाजूला दिसत नसे. गाव पुढ्यात येईपर्यंत आलं म्हणून उमगत नसे. दिवसभर रानमाळावर कष्ट करून दमलेली माणसं रानच्या पाखरासारखी पटकन झोपी जात.

एखाद्या आदितवारी काही नादी लोक देवळात भजनाला बसत.

'धन्य अंजनीचा सुत, त्याचे नाव हनुमंत
ज्याने सीता शुद्ध केली, रामसीता भेटविली.'

असले अभंग आणि गौळणी मध्यान्हीपर्यंत चालत. टाळमृदंगाचा आवाज कुठल्या कुठं ऐकू जाई. चांदणी रात्र असली, उन्हाळ्याचे दिवस असले, म्हणजे गावची जवान पोरंठोरं देवळापुढं लोंपाट खेळत. हाही डाव बराच वेळ चाले. देवळात कधी-कधी रामविजय, हरिविजय अशा पोथ्या लावल्या जात. तमाम लोक देवळात, देवळापुढं जमून पोथी ऐकत.

गावाला मराठी चवथ्या इयत्तेपर्यंत शाळा होती. गावाच्या मध्यभागी त्रिकोणात महत्त्वाच्या तीन इमारती होत्या. एक ग्रामदेवता, हनुमान – याचं देऊळ, त्यासमोर एक प्रचंड, मोठा निंब वृक्ष आणि त्याला बांधलेला पुरुषभर उंचीचा पार, डाव्या बाजूला चावडी. ह्या चावडीच्या इमारतींपैकीच तीन खण इमारत शाळेनं व्यापली होती. जातीनं सोनार असलेले गावचेच रहिवासी शिक्षक होते. ते एकटेच सर्व विषय शिकवीत. पेन्शन मिळेपर्यंत त्यांची बदली कधी झाली नाही. पस्तीस-चाळीस मुलं शाळेत होती. दोन-तीन मुलीही होत्या. ब्राह्मण, न्हावी, कुणबी, मुसलमान, महार अशा अठरापगड जातींची मुलं शाळेत होती. महाराची मुलं एका बाजूला बसत. चौथ्या इयत्तेनंतर तालुक्याच्या गावी शाळेला जावं लागे. काही थोडीच मुलं चवथीच्या पुढं शिकत. शिक्षकाला गावात प्रतिष्ठा होती. ते खादीचे कपडे वापरीत आणि कपाळावर ठळक गंध लावीत.

शेतीशिवाय गावाला दुसरा उद्योग-व्यवसाय नव्हता. शेतकरी, शेतमजूर आणि बलुतेदार – सगळेच शेतीवर उपजीविका करणारे होते. ब्राह्मणांपैकी काही लोक नोकरपेशा घेऊन परगावी राहत होते. त्यापैकी बरेच प्राथमिक शाळेत होते. एक पोस्टमन, एक पोलिस आणि एक फौजदार होते. एक मामलेदार होते आणि तिघेजण कारकून होते.

कुणब्यांपैकी काहीजण परगावी होते, त्यापैकी बहुतेक मुंबईला गिरणीतून कामाला होते. एक शिक्षकही होते. महारांपैकीही बरीच मंडळी मुंबईला होती. ती गोदीत किंवा गिरणीत कामाला होती. इतर जातींचीही काही मंडळी परगावी उद्योग-व्यवसाय करीत. मोमिनाच्या मुलानं अंड्यांचा व्यापार मुंबईला काढला होता. न्हाव्यांपैकी एका मुलानं सलुनात नोकरी धरली होती.

परगावी होती, तरी ही मंडळी गावाकडं नियमानं पैसे पाठवीत. त्यांच्याकडून आलेल्या पैशातून, जमिनीत बांधबंदिस्ती करणं, नव्या विहिरी खोदणं, बैलजोडी खरेदी करणं, असली कामं घरचे लोक करीत. ह्या परदेशी गेलेल्या माणसांविषयी त्यांना फार अभिमान आणि कृतज्ञता असे. सणासुदीला हे लोक गावी येत, तेव्हा त्यांच्या अंगावरील भारी कपडे, बोलण्याची शहरी ढब वगैरे पाहून गावातील लोक फार बुजत. त्यांनाही भीड मोडून, चार माणसात मिसळण्यासाठी बरेच दिवस लागत. पण एवढ्यात त्यांची परत जाण्याची वेळ येई. अशी बाहेर पडलेली मंडळी पुन्हा कधी गावात येऊन स्थायिक झाली नाहीत. तिकडंच त्यांची घरंदारं झाली. घरमालक परगावी स्थायिक असल्यामुळं गावातील काही घरं ओस पडली. अशी दहा-बारा पडकी घरं गावात होती. भटकी कुत्री त्या

खिंडारांतून पोरं घालत, उन्हापावसात गाढवं आसरा घेत. माणसं कधी त्यांचा दुरुपयोगही करीत.

गावात बलुत्याची पद्धत होती. एक परटाचं घर होतं. एक बाहेरगावचा लोहारही येऊन राहिला होता. सुतारकीचं काम महारांपैकीच एक घर करी. गवंडीही त्यांच्यापैकीच होता. न्हाव्याची दोन घरं होती. गुरवाचं एक होतं. वाजंत्रीवाले होलार होते. एक कुंभार होता. या सर्वांनी गावचं काम करावं आणि त्याबदली खळ्यावर पेंडी घ्यावी, अशी पद्धत होती. ह्यापैकी काही जणांना स्वतःच्या जमिनी होत्या. पण त्या बहुतेक जिराईत, निकृष्ट आणि अपुऱ्या होत्या. महारांना मिळालेल्या इनामी जमिनी बरड तांबड्या होत्या. त्यात कडधान्याशिवाय काही पिकत नसे. दुसरं धान्य पेरलं, तर बीसुद्धा हाती लागत नसे.

लोहार, वडार, घिसाडी, बेलदार, गाढवी सोनार असली फिरस्ती मंडळीही गावाला वर्षांतून काही दिवस येत. गावच्या बलुतेदाराकडून न झालेलं काही काम ह्यांच्याकडून घेतलं जाई. सुगी-सराईच्या वेळा गाठून डोंबारी, मदारी, फासेपारधी, वैदू, दरवेशी, नंदीवाले, काशीकापडे, बाळसंतोष, माकडवाले, हरिदास, कथेकरी असले लोक येत. त्यांना थोडंफार धान्य मिळे. जुनेपाने कपडे मिळत. भाकर-तुकडाही मिळे.

गावाच्या पूर्व दिशेला थोडं पल्ल्यावर खंडोबाचं जुनं देऊळ होतं. त्याची यात्रा चंपाषष्ठीला भरे. गावचा मांग वाघ्या लंगर तोडी, खोबरं-गुलाल उधळला जाई. ह्या जत्रेसाठी हलवायाची पालं, मणेऱ्याची दुकानं, कोष्टी, व्यापारी येत. लहानशीच – एक दिवसाची; पण बरी जत्रा भरे. परगावी असली, तरी गावची माणसं ह्या जत्रेसाठी आवर्जून येत. दुपारी उन्हं असल्यामुळं कुस्त्यांचा फड होई.
खंडोबाच्या जत्रेप्रमाणं लहान प्रमाणात पिराचा उरूसही होई. त्या निमित्तानं कुस्त्यांचा फड होई. गावच्या-परगावच्या पोरांच्या कुस्त्या होत. कुस्त्यांचं मैदान गावच्या ओढ्यातल्या वाळूत होई. कुस्ती मारल्यावर कुणाला तांबडे फेटे, कुणाला नारळ, कुणाला रुपाया अशी बक्षिसी मिळे. लहान पोरांना केळी मिळत. ह्या उरसात खेळण्यासाठी गावची पोरं वर्षभर मेहनत करीत आणि खारीक-खोबऱ्याचा खुराक खात. कुस्तीचा शौक असलेली चार माणसं गावात होती. तशी वेगवेगळ्या विद्या असलेली काही होती. एकाला मोडलं हाड बसविण्याची कला माहीत होती. एक म्हातारा मोमीन झाडपाल्याची औषधं देत

असे. एक होलार मंत्र्या होता. महारांपैकी काही लोक तमाशा करीत. 'महाराघरी गाणं आणि बामणाघरी लिवणं,' अशी म्हणच होती.

गावाला राजकारणात काही रस नव्हता. स्वातंत्र्याच्या संग्रामात कोणी चळवळीत, कोणी तुरुंगात गेल्याचं घडलं नव्हतं. खादी वापरणारे ते शिक्षक सोडले, तर राजकारणात कुणाला रस नव्हता. फक्त एका ब्राह्मणाच्या घरी टिळकांचा 'केसरी' येई. शाळेतील मुलांना घेऊन ते शिक्षक कधी-कधी 'चरखा चला चलाके, लेंगे स्वराज्य लेंगे,' असं गाणं म्हणत, प्रभातफेरी काढीत. गांधी-नेहरूंचा, भारतमातेचा जयजयकार होई.

बेचाळीस साली एवढी चळवळ झाली, पण आमच्या गावातील कोणी त्यात भाग घेतला नाही.

सातारा जिल्ह्यातील असूनसुद्धा आमचं गाव तसं गरीबच. चोरी, दरवडा, हाणामारी, खून असलं काही कधी घडत नसे. लोकांना कोर्ट-कचेऱ्यांचा नादही नव्हता. गावातील तंटे गावातच मिटवले जात. त्यासाठी चावडी, देवळापुढं गाव बोलावलं जाई. अपराध्याला मारुतीच्या देवळाची पायरी शिवून किंवा खंडोबापुढचा भंडारा उचलून प्रमाण करावं लागे. गावातील प्रतिष्ठित मंडळी न्यायनिवाडा करीत. ही मंडळी बहुधा वृद्ध, नीतिमान, शहाणी, कर्ती अशी असत. ब्राह्मण, पाटील, कुणबी, न्हावी, मोमीन असे लोक ह्या न्यायसभेत असत. त्यांचा न्याय मान्य होई. मारुतीच्या दिव्याला तेल देणं किंवा उरसाच्या खर्चासाठी रोख रक्कम देणं, असा दंड अपराध्याला होई.

एखाद्या उर्मट माणसानं न्याय मानला नाही, तर त्याला गाव वाळीत टाके. म्हणजे, न्हावी त्याची डोई करीत नसे. त्याला लग्नसमारंभाला बोलावीत नसत. बलुतेदार त्याची कामं करीत नसत. अशा बहिष्कारामुळं उर्मट माणसं लगेच मऊ येत असत.

गावचं काही सार्वजनिक काम निघालं, तर घरटी वर्गणी गोळा करण्यात येई. पाडव्याच्या दिवशी ग्रामदेवतेच्या देवळात गावचा जोशी वर्षफळ सांगे, तेव्हा निंब खाण्यासाठी सर्व गाव देवळात जमे. त्या सभेत ह्या वर्गणीचा हिशेब कार्यकर्त्या लोकांना द्यावा लागे. गावची रक्कम भक्षण करण्याचं धाडस कधी कोणी केलं नाही.

गाव म्हटलं की, तिथं भांडणतंटे, हेवेदावे असायचेच. आमच्या गावातही

भाऊबंदकी होती, वैर होतं, हेवेदावे होते. चुगल्या होत्या, चहाड्या होत्या, पण हेच फार माजलं नव्हतं. पीक म्हटलं की, त्यात तण उगवणारच; पण जेव्हा पिकापेक्षा तणच जास्ती फोफावतं, तेव्हा धोका असतो.

ब्राह्मण ब्राह्मणेतर हा वाद खरा तर फार जुना; पण आमच्या गावात त्याची जाणीव कधी झाली नाही. कुणब्यांच्या कैक घरांचा ब्राह्मणांशी घरोबा होता. जा, ये होती. सण-समारंभाला पंगती होत होत्या. गावचा म्हणून जसा रामजन्म होई, हनुमानजन्म साजरा होई, तशाच उत्साहानं मुलमानाचा डोला म्हणजे ताबूतही निघे. रोट आणि सरबत आमच्या घरी सुद्धा येई. आलाव्याभोवती अठरापगड जातीचे लोक नाचत. बराच वेळ हैदोसधुल्ला चाले.

बेंदराच्या दुसऱ्या दिवशी सगळं गाव शेजारच्या कुरणात शिकार खेळायला जाई. जी शिकार मिळे, ती वाजत-गाजत गावात येई. शिकारीचा मानाचा रवा ब्राह्मणाघरी पोहोचता होई आणि 'पावला' असं म्हणताच कुणब्याच्या तव्यावर जाऊन पडे.

कुणाकडे लग्नकार्य असलं की, झाडून सारं गाव मदतीला हजर राही. बघणाऱ्याला वाटावं की, हा गावचा राजा आहे, इतकी माणसं झटत. कुणा घरी मयत झालं की, ही गाव हजर असे. ह्या दोन प्रसंगी भांडणतंटा, वैर-वैमनस्य सगळं विसरून जाई.

असं हे गावचं जीवन अनेक वर्षं चाललं होतं. नागपंचमीचा सण आला की, मोमिनाची शहजादी, ब्राह्मणाची वत्सला, पाटलाची जना आणि कुणब्याची गोदा – सगळ्या हातात हात घालून फेर धरत आणि....

'काय बाय, पुन्याची तारीफ, लवंगा निघाल्या बारीक....'

असली गाणी एका आवाजात गात.

जातीजातींत फूट पडली, ती पुढं. त्याचा पहिला तडाखा बसला गांधी-हत्येनंतर. कोणी परगावचीच माणसं ट्रक भरून आली आणि त्यांनी 'नेहरू महाराजांचा हुकूम आहे. बामण नष्ट केला पायजे,' असं सांगून गावातील आठ घरं पेटवली. गावातील लोकांनी त्यांना मदत केली नाही आणि धाडसानं

पुढं होऊन विरोधही केला नाही.

पुढं कूळकायदा आला आणि ती तेढ वाढली. ग्रामपंचायतीच्या निवडणुका आल्या, तसे लोक बोलू लागले, ''सरपंच आमच्यातलाच पायजे, बामणाला नका थारा दिऊ!''

फाळणीनंतर डोला बंदच पडला होता. मुसलमानाची घरं हादरली. त्यांनी आपणहून जमिनी विकल्या. तरणी पोरं बाहेरगावी गेली. एक-दोन म्हाताऱ्यांशिवाय मुसलमानाचं गावात कोणी राहिलं नाही. लोक म्हणाले, ''बरी पिडा गेली. ही जात गावात नसल्यानं कुठं बिघडतंय?''

पंचायत राज्य आलं. गावातल्या कुणब्यांची तरणी पोरं निवडून आली. पुढारीपणा करू लागली. तिरक्या खादी टोप्या आणि पांढरेधोप खादीचे कपडे घातलेली पोरं फार दिसू लागली. राजकारणाचं वारं गावात आषाढी वाऱ्यासारखं वाहू लागलं.

काळ भराभर बदलत गेला. पुष्कळ उलथापालथ झाली. गावाला एस.टी. सुरू झाली. सोसायटी आली. नवी अवजारं, नवी बियाणी, नवी खतं आली. गावाबाहेर शाळेची नवी टुमदार इमारत झाली. बरीच मुलं शिकू लागली. एकाऐवजी तीन मास्तर झाले. तालुक्याच्या हायस्कुलात बरीच मुलं जाऊ लागली. काही जिल्ह्याच्या कॉलेजात गेली.

राणीच्या राज्यात दुष्काळी काम म्हणून सुरू झालेलं बुध्याळचं तलावाचं काम पुरं झालं आणि गावची बरीच जमीन पाणथळ झाली. शेतकरी गब्बर झाले. महारमंडळींच्या, होलाराच्या माळरानी जमिनीसुद्धा शेंगांचं उत्पन्न देऊ लागल्या. एका एकाला पहिल्याच वर्षी तीन-तीन हजार रुपयांची शेंग झाली. त्याबरोबर जुनी हत्यारं-पात्यारं टाकून देऊन महार मंडळींनी ब्रास बॅण्ड आणला. रात्री महारवाड्यात बॅण्डवर म्हटलेली हिंदी पिक्चरमधली गाणी ऐकू येऊ लागली. गावात फार सुधारणा झाली. एका महारानं हौसेनं बुलबुल-तरंग हे अपूर्वाईचं वाद्य आणलं. एका सधन कुणब्यानं पिठाची गिरणी सुरू केली. दिवसभर 'पकऽ पकऽ' आवाज होऊ लागला. मग त्यानंच लाकडी वखार सुरू केली. कधी नव्हे ते आमच्या गावचे लोक सर्पण विकत घेऊ लागले. क्रूडाईल, सिमेंट, टिनचे पत्रे असलं सामानसुमानसुद्धा गावात विकत मिळू लागलं.

बऱ्याच शेतकऱ्यांनी आपल्या विहिरींवर इंजिनं बसविली. तलावाचं पाणी,

विहिरीचं पाणी भरपूर मिळू लागल्यामुळं जमिनी हिरव्यागार दिसू लागल्या. ज्वारी, गहू, ऊस, शेंग, कापूस, मिरची असली पिकं मोठ्या प्रमाणात उत्पन्न देऊ लागली. कुणी लखनौ पेरूची बाग केली, कोणी इंग्रजी पाखरं आणून मोठी पोल्ट्री सुरू केली, कोणी अनाबेशाही द्राक्षं लावली. हां-हां म्हणता घडशी मुलुखातला हा दरिद्री गाव सधन झाला. डायनामो आणि कॅरेज बसविलेल्या चकचकीत सायकलींवरून गावची मुलं हायस्कूलला जाऊ लागली.

गावात वीज आली. त्या झगमगाटामुळं आमचं गाव फार लांबून ओळखू येऊ लागलं.

गावात क्रशर आले, ऊस गाळून लोक गूळ करू लागले, सगळ्याच शेतमालाला उत्तम भाव आला. पूर्वी तर सुगीला ह्या गावचे गरीब लोक 'जगायला' बाहेर पडत. परमुलुखात-फॅक्टरीवर जात आणि चार-सहा महिने पोटपाणी भागवून गावाला माघारी येत, तेच गाव आता आजूबाजूच्या गावांना धान्य पुरवू लागलं. पुष्कळ सुधारणा झाली.

जुनी कारभारी मंडळी मरून गेली. बौद्ध धर्म स्वीकारलेली महार मंडळी गावकीचं काम करीनाशी झाली. बलुत्याची प्रथा मोडकळीला आली. बरीच तरणीताठी पोरं परगावी नोकरी-धंदा करू लागली. ब्राह्मणांनी बिऱ्हाडं हलविली. मूठभर म्हातारी-कोतारी तेवढी 'आमची माती आता इथंच पडू दे,' म्हणून गाव धरून बसली.

पुष्कळ जुन्या प्रथा बंद पडल्या. उरूस आता होईनासा झाला. तालमीचा शौक कोणी करीनासं झालं. खंडोबाची जत्रा पूर्वीसारखी भरेनाशी झाली. शिकारीला जाण्याची प्रथा मोडली. हरिदास, डोंबारी, दरवेशी असली फिरस्ती मंडळी येण्याचं कमी-कमी होत गेलं. त्यांचं अगत्यही कुणाला राहिलं नाही. करमणुकीसाठी राजकारणाची चर्चा आहे, रेडिओ आहे, बरेच लोक जिल्ह्याच्या गावी म्हणजे सांगलीला वरचेवर जातात, एस.टी.नं चांगली सोय केली आहे. पुढरीपणाचा धंदा बरेचजण करतात.

नवे लोक ताणात आहेत. चुकूनमाकून राहिलेली जुनी माणसं मात्र वरचेवर म्हणतात की, "आता गाव राहिलं नाही, कुणी कुणाला जुमानीत नाही, एका मुठीनं कोणचं काम होत नाही, माणसाला माणसाची जरुरी राहिली नाही, पहिलं

सगळं गेलं...."

कोणत्याही काळातील जुने लोक अशी तक्रार करीत राहणारच. काळ बदलत असतोच. मूल्यंही बदलत असतात. हा बदल स्वीकारणं अपरिहार्य असतं.

गाव सोडून मला तशी पंधरा-वीस वर्षं झाली. त्यानंतरसुद्धा वर्षा सहामहिन्याला, कधी सुगीला, कधी श्रावणमासात असा मी गावी जाऊन आठ-पंधरा दिवस राहत असे. गावात करमलं नाही, असं कधी होत नसे. आपलं गाव, आपली माणसं हा जिव्हाळा परवा परवापर्यंत टिकून होता.

गेल्या तीन-चार वर्षांत मात्र माझी खेप चुकू लागली आहे. आवर्जून गावी जावंच, असं मनाला वाटत नाही. रानात शेत, गावात घर, मायेची माणसं असूनसुद्धा मला परगावात असल्यासारखं वाटतं. पुष्कळ चेहरे अनोळखी दिसतात.

मला वाटतं, आता माझी मुलं गावात राहिली नाहीत, विस्तार शहरात वाढतो आहे.

माझ्या मुलाबाळांचा विचार केला, म्हणजे वाटतं की, ती नाव सांगतील, सांगण्यासारखं गाव मात्र त्यांना असणार नाही.

मला होतं, तसं!

∎

'महाराष्ट्र टाइम्स', १३ ऑक्टोबर, १९६८.

माझ्या गावाकडील माणसं देवाच्या बरोबरीनं पावसाचं नाव घेतात. घडीघडी ती जशी, 'देवा, भगवाना' म्हणतात, जिवाला जडभारी पडलं, म्हणजे इटोबाला जशा हाका घालतात, तशाच पावसालाही घालतात. पावसाचं नाव बारा महिने त्यांच्या तोंडी असतं. उन्हाळ्यात काही पिकं उठवावयाची नसतात, तरी सुद्धा लोकांच्या तोंडी पावसाचं नाव असतं. चैत्रात थोडं आभाळ फिरलं, पाऊस आला, तर नांगरटीला रानं हलकी जातात. म्हणून चैत्रात सुद्धा त्यानं यावं, अशी अपेक्षा असते. अपेक्षाच, तळमळ नाही.

खरी तळमळ असते, ती पेरणीच्या सुमारास.

मृग जवळ आला, म्हणजे पावसासंबंधीचं बोलणं होऊ लागतं. येतो, असा निरोप पुढं आलेल्या माणसाची जशी वाट पाहिली जाते, त्याच्या येण्यासंबंधी कुटुंबात जशी चर्चा होते, तशी पावसासंबंधी होते.

'अवंदा गडी येळंला येतोय, का झोका देतोय, कुनाला ठावं! गेल्या साली जसा येळंवर आला, तसा आला, तर बहार झाली', असं म्हणून लोक एकमेकांपाशी

पाऊस

पावसाचंच बोलतात. परगावचा तिऱ्हाईत पाव्हणा जरी आला, तरी त्याला आवर्जून विचारतात, "काय तुम्हांकडली पावसाची खबर?"

गावावरून प्रवासी बैलगाड्या जातात. रस्त्यावर उभं राहून त्यांनासुद्धा हटकायचं, "कुठली गाडी, हो?"

"वाळेखिंडी."

"कुनीकडं चाललाय?"

"इट्याला...."

"तकडं काय पाऊस-पानी?"

"झालाय एक हलकासा!"

"अस्सं!"

अशी चौकशी करून, आसपास कुठं पाऊस झाल्याचं कळलं, तर लगेच ती बातमी गावभर पसरते.

उन्ह थोडं जास्त तावू लागलं की, 'आज येतुया वाटतं,' असं घोकलं

जातं. गावच्या उंच पारावर उभं राहून मंडळी चोही दिशांकडं दृष्टी टाकतात. कुणीकडं भरलेलं आभाळ दिसतं, ते पाहतात. नक्षत्र लागून चार-दोन दिवस सुने गेले की, लोकांच्या बोलण्यात चिंता दिसू लागते. आधीच उन्हानं रापलेले चेहरे अधिक काळवंडलेले दिसतात. पिशवीत बोटं बुडवून तंबाखू देता घेता पावसाशिवाय दुसरा विषय निघत नाही. शेतकरीच बोलतात, असं नाही; मुंबईला, गिरणीतल्या तरासना खात्यात कामाला असलेला, सुट्टी घेऊन चार दिवस गावाकडं आलेला मार्तंडा चौगुले, वाण्याचं दुकान टाकून असलेला गणा चलपते, चाकरमान्या मास्तर ग. वि. जोशी – सगळेच पावसासंबंधी बोलतात. गावंदरीत जमीन नसलेले, गावकुसात घर नसलेलेसुद्धा पाऊस येत नाही, म्हणून हैराण दिसतात.

– आणि मृगाच्या धारा येतात. जमिनीतून तृणाचे कोंभ डोकी वर काढतात; काळ्या जमिनी हिरव्यागार दिसू लागतात. आमच्याकडे मृगावर पेर होत नाही, फक्त कुळवाच्या पाळ्या देऊन जमीन उलथीपालथी केली जाते. आर्द्रा नक्षत्राला 'आडदरा' म्हणतात. या नक्षत्रावर पेर केले, तरी 'आड येते' अशी समजूत. बाजरीच्या पेरण्या होतात, त्या पुष्यनक्षत्रावर किंवा पुनर्वसूवर, म्हणजे 'पुका'वर. या दोन्ही नक्षत्रांना 'तरणा पुक' आणि 'म्हातारा पुक' अशी नावं लोकांनी दिली आहेत. तरणा, जोरानं, म्हणजे रपारपा येतो; म्हातारा हळूहळू काठी टेकीत येतो. तरण्याचा जोम म्हाताऱ्याच्या अंगी नसतो. 'पडला पुक आणि चाकरीच्या गड्याला सुख,' अशी म्हण आहे. पुनर्वसु आणि पुष्य ही नक्षत्रं पडली, म्हणजे पेर करून स्वस्थ राहावं. मोट नाही. पाणी नाही. सगळ्या मेहनती होऊन गेलेल्या असतात. बैल निवांत राहतात. चाकरीचे गडी निवांत राहतात. पंधरा दिवसात पीक साधून येतं.

पुढं आश्लेषा नक्षत्र येतं. पुष्य-पुनर्वसूला म्हातारा-तरणा म्हणणारे शेतकरी आश्लेषाला स्त्रीलिंग बनवून टाकतात. आश्लेषाला 'आसळका' असं नाव त्यांनी देऊन टाकलं आहे. 'मी येते सळाळा, मामाजी, तुम्ही पुढं पळा,' असं म्हणत आसळका येते. मग श्रावणपाळीची धांदल होते.

मघा नक्षत्र पडलं, तर बाजरी छान साधते, पण हे लहरी नक्षत्र पडलं, तर जोरात पडतं, नाहीतर मुळीच पडत नाही. 'पडल्या तर मघा, नाहीतर ढगाकडं बघा,' असं शेतकरी म्हणतात.

उत्तरा नक्षत्र जवळ आलं की, जोंधळ्याच्या पेरणीची धांदल सुरू होते.

गेल्या वर्षीच्या टिपणी झिजलेल्या असतात, त्यांच्यावर जेमतेम बाजरीची पेरणी झालेली असते. जोंधळ्याच्या पेरणीसाठी या झिजलेल्या टिपणी सुताराकडून पुन्हा भरून घ्यावयाच्या असतात. सुतारमेटावर लोकांची झिम्मड उडते. पंधरा-पंधरा दिवस सुताराला भाकरी खाण्यासाठी वेळेवर उठणं जमत नाही. टिपणीच्या फडी बसवता बसवता सुतार मेटाकुटीला येतो आणि फणीच्या तोंडाचं लोखंडी फारोळं ठोकता-ठोकता लोहाराला झीट येते. उत्तराच्या तोंडाला पेरणीची जय्यत तयारी होते, उत्तराचा पाऊस पडून ओल झाली की, शुभ दिवस बघून टिपणी रानात जातात.

ही वेळ फार महत्त्वाची, घरात मयत झालं, तरी ते झाकून ठेवून टिपण रानात जातं.

एरवी आपल्या जनावरांना जिवापाड जपणारा शेतकरी, या वेळी बैल यायला हयगय करू लागला, तर त्याची दयामाया करीत नाही. चाबकाची वादी तुटेपर्यंत तो बैल झोडपतो. पेर करणाऱ्या पुरुषांची घरातील बायका फार वज राखतात. एरवी त्याच्या न्याहरीची हयगय करणारी बाई, ह्या वेळी चांगलं-चुंगलं करून त्याला वेळच्या वेळी पोचतं करते.

हरेक रानात टिपण सुरू असते. पावसानं भिजलेल्या काळ्या जमिनीवरून पांढरे धोट बैल आणि बाप्ये सर्वत्र दिसत असतात. मोठी लगीनघाई असते. कधी एखाद्याच्या बियाणांचा अंदाज चुकतो. अजून दिवस बुडालेला नाही, रान तर पेरावयाचं शिल्लक आहे, अशा वेळी त्याच्या ओटीतील बेणंच खल्लास होतं. अशा वेळी शेजारच्या रानात चाललेल्या कोणत्याही टिपणीवर जावं आणि बेणं उसनं घेऊन वेळ भागवावी. एरवी भांडण असलं, तरी ह्या वेळी ते बाजूला ठेवून लोक एकमेकांची नड संभाळतात.

बलुतेदार फार जागरूक राहतात. होलार, मांग रानारानात फिरत असतात. कुणाचा दोर तुटला की, मांग दोर घेऊन हजर असतो. कुणाची वादी तुटली की, होलार वादी घेऊन हजर असतो. अशी ऐन नडीची वेळ त्यांनी संभाळल्यामुळं बेण्यापैकी थोडं धान्य त्यांना खुशीनं दिलं जातं.

संध्याकाळी गावात गाठी पडल्यावर आवर्जून चौकशी होते. चौकशी करताना 'तुमची पेरणी संपली का?' असा अभद्र प्रश्न विचारायचा नाही. 'पेरणी वाढली का?' असं शुभ बोलावयाचं. उसनवार बेणं मागावयास गेल्यावरही 'आमचं बेणं संपलं आहे, तुमचं द्या,' असं कोणी म्हणत नाही. 'आमचं बेणं वाढलं आहे, नड संभाळा,' असं म्हणतात. पेरणीच्या बाबतीत हे वाचातप फार पाहिलं जातं.

ह्या काळात एकंदरीत माणुसकीच जागी होते. एखाद्याचं थोडं क्षेत्र लवकर संपतं. पेरणी वाढते, पण दुसरा भरण्याचा शेतकरी असतो, त्याला पेरणी लवकर आवरत नाही. मग तो, ज्याचं काम लवकर संपलं आहे, त्याच्याकडे जाऊन म्हणतो, 'अहो, आमचं एवढं ओढून काढू या.' यावर कोणी नकार देत नाही. एकमेकांच्या मदतीनं लवकर पेर होऊन निघते. कधी एखाद्याचा म्हातारा बैल पेरणीच्या ऐन घाईत थकून बसतो. त्याच्यानं काम होतच नाही. असा अडलेला शेतकरी मग कोणाचाही बैल उसना मागून नेतो. आणि थकलेलं काम ओढून काढतो.

पेरणीच्या पंधरा दिवसात माणसांची मनं फार मोठी होतात. जमिनीत धान्याची पेर होत असते, तेव्हा चांगुलपणाचं पीक अगदी बहराला आलेलं असतं!

कधी टिपण चालू असतानाच पाऊस येतो. पेरायचं सोडून शेतकऱ्याला परत फिरावं लागतं. अर्धवट पेर तशीच पडून राहते. पुन्हा जेव्हा वाफसा येईल, तेव्हा पेरून घ्यावं लागतं. यात आगं-मागं होतं. मागून पेरलेलं क्वचित साधतं. मधेच असा घोटाळा करून पावसाला काय मिळतं, कोण जाणे. लहरी पाऊस कधी-कधी असा निर्णयसुद्धा घेतो.

हस्तातील ऊन कडक असतं. हस्ताचं पहिलं चरण लोखंडी असतं, असं म्हणतात. म्हणजे नक्षत्र लागल्यावर पहिल्या तीन दिवसात पाऊस पडल्यावर जमीन लोखंडासारखी घट्ट होते. ती मऊ येण्यासाठी पुन्हा पाऊस पडावा लागतो. चित्राला 'आंधळी' नक्षत्र म्हणतात. आंधळीचा पाऊस डोळे मिटून पडतो. बैलाचं एक शिंग भिजलं, तर दुसरं कोरडं राहतं, असा प्रकार होतो. उत्तरा, हस्त ही नक्षत्रं पडली, म्हणजे सर्वत्र सारखी पडतात, चित्राचं तसं नाही.

मग साडीसाती येतात. 'पडतील साडीसाती आणि पिकतील माणिकमोती' स्वातीचा पाऊस चांगला असतो. तो मोती पिकवतो. पण हेच स्वाती नक्षत्र कापसाला चांगलं नसतं. 'पडतील स्वाती, तर कापूस मिळेना वाती!'

मूळच्या नक्षत्रांना शेतकऱ्याच्या कोशात काही वेगळीच नावं असतात. त्यांच्या दृष्टीनं ती अनुरूप असतात. विशाखा आणि अनुराधा म्हणजे उंदऱ्या

आणि मांजऱ्या. विशाखा पडलं, म्हणजे उंदीर फार होतात. त्यावर अनुराधा पडलं पाहिजे. ते पडलं की उंदीर नाहीसे होतात, म्हणून अनुराधाचा पाऊस हा मांजऱ्या. ज्येष्ठ आणि मूळ ही नक्षत्रं केवळ निरुपयोगी, म्हणून त्यांना नावं 'आडवणी' आणि 'बडवणी.'

अनुभवानं काही ठोकताळेही बसवलेले असतात. उत्तरेकडे वीज चमकली की, पाऊस हमखास येतो. माथ्यावर वीज लवली, तरीही येतो. 'वीज लवे माथा, पाऊस येईल आता.' असं म्हणतात. उन्हाळ्यात पेटलेली गावहोळी भिजविण्यासाठी पाऊस येतोच. सटीचं म्हणजे चंपाषष्ठीचं 'सटवणी'ही पडतंच. बेंदराला, म्हणजे आषाढात बैलांचा सण असतो, तेव्हा 'बेंदराची खट' लागते. म्हणजे झिरमिर झिरमिर पाऊस लागतो.

पाऊस हा एकच शब्द पावसाची विविध रूपं दाखवीत नाही. लहान, मोठा, जोराचा, हळू याला वेगवेगळे शब्द वापरतात. हलका पाऊस आला, तर जड विणीचं घोंगडं कसलं भिजणार? मग म्हणावयाचं, आता एक 'घोंगडं फुटवणी' पाऊस झाला पाहिजे. 'वशवणी' झालं म्हणजे, पाणी अगदी खळाळून वाहिलं. झिरंगट किंवा बुरंगट म्हणजे नुसते तुषार. काही वेळा 'नाशा पाऊस' येतो. हुरड्याला पिकं आली की, हा धबाधबा कोसळतो आणि धान्याची नासाडी होते किंवा रानात खळी पडलेली असताना, अचानक दरवडा यावा, तसा पाऊस येतो आणि सगळ्या धान्याची राड होते. अवेळी, अचानक आणि घातकी असा हा नाशा पाऊस असतो. आषाढात सारखं झिरंगट लागलं, गारठा पडला की, म्हातारी थकिस्त बैलं मरून जातात. एरवीसुद्धा म्हातारा थकिस्त बैल पाहिला की, पाहणारा म्हणतो, 'गड्या, येत्या आकाडात हा काही निभायचा नाही, रे!'

असा आमच्याकडील पाऊस आहे. लहरी, करारी, कठोर आणि तरीही अन्नदाता. कुटुंबातील ज्येष्ठ माणसाविषयी वाटावा, तसा आदर, भीती इकडील लोकांना पावसाविषयी वाटते. पावसाविषयी बोलणाऱ्याचं बोलणं वडीलधाऱ्या माणसाविषयीच आहे, असं वाटतं. काही नीतिबाह्य, वाईट घडलं, म्हणजे 'अशा गोष्टी चालल्या, त्यानंच पाऊस गेला', असं म्हटलं जातं.

म्हातारी माणसं नेहमी आपल्या तरुणपणी पाऊस कसा पडे, याचं रसभरित वर्णन तरण्यांना ऐकवतात. बायका जात्यावर पावसाच्या ओव्या गातात :

पाऊस पडतो, मृगाआधी रोहिणीचा
पाळणा हालतो, भावाआधी बहिणीचा
समर्थाच्या घरी दुबळा जाय लाजं,
वर्साला मृगराज, दारी पन्हाळ, पाणी वाजं....

समर्थाच्या घरी जावयास दुबळा लाजतो; पण हा समर्थ मृग वर्षाच्या वर्षाला दुबळ्याच्या दारीसुद्धा येतो. पन्हाळी गळतात, पाणी वाजतं. हा त्याचा केवढा मोठेपणा!

■

'महाराष्ट्र टाइम्स', २९ जुलै, १९६२.

दिवस कासरा-दोन कासरे असताना एक बैलगाडी खडकाळ वाटेवरून धडपडत-खडखडत सुपली गावच्या हद्दीत शिरली. गाडीवर घोंगड्याचा तट्ट्या होता. त्यामुळं आत कोण आहे, हे कळावयास मार्ग नव्हता. गाडीच्या मागे तिघेजण चालत होते. त्यांच्या डोक्यांवरचे पटके आर देऊन रंगवलेले होते. अंगात मलमली अंगरखे होते. एकानं काळं जाकीट चढवलं होतं. एकाच्या अंगात निळ्या रंगाचा लोकरी कोट होता. तिसऱ्यानं मात्र अंगरख्यावर काही चढवलं नव्हतं. त्यांची धोतरंही पांढरीफेक आणि तलम होती. पायात काळे बूट होते. जाकिटवाल्याच्या हातात तुणतुणं होतं आणि दुसरे दोघे मोकळेच होते. धोतराची टोकं हातात धरून ते सणाट्यानं पाऊल उचलीत होते.

वाटेच्या कडंला असलेल्या रानात एक पोरगं खांद्यावर आडवी काठी टाकून गुरं चारीत उभं होतं. लांबवर असतानाच त्याचं लक्ष गावाकडं येणाऱ्या या गाडीवर गेलं होतं. गाडी जवळ येऊ लागताच ते वाटेवर येऊन उभं राहिलं. गाडी जवळ येताच त्यानं विचारलं, "कुठली गाडी, पावणं?"

। तमाशा आणि तमासगीर ।

त्या तिघांपैकी एकानं वाकडी मान करून उत्तर दिलं, "मलकापूर."

"कुणीकडं तयारी?"

"इतं सुपलीतच हाय तळ राती."

त्यानं तुणतुण्यावरून आणि मंडळींच्या लांब-लांब केसांवरून हेरलं होतं की, हे तमासगीर आहेत. तरी पण त्यानं खडा टाकला, "तमाशा हाय काय?"

चालता चालताच त्या-त्या जाकिटवाल्यानं उत्तर दिलं, "व्हय, व्हय! राती हाय आज!"

पोरगं हरकलं. आज गुरं लवकर बांधायची आणि त्यांच्या तळावर बघण्यासाठी जायचं, असा मनोमन विचार करीत गुरांकडं धावलं.

ही मंडळी मलकापूरची रहिवासी होती. संभा रामा मलकापूरकर यांचा हा ढोलकीचा तमाशा होता. संभा जातीनं महार होता.

प्रत्येक खेड्यात गावकीचा असा तमाशा असतोच. महारवाड्यातील आणि सोळा महारांपैकी काही कसबी महारांनी हा उभारलेला असतो. उरूस-जत्रेच्या

निमित्तानं गावात त्यांचे प्रयोग होतात. हीच मंडळी अधिक मेहनत घेऊन तयार झाली, म्हणजे स्वतंत्र फड काढून गावोगाव हिंडतात.

संभा रामाचा फड अशांपैकीच एक होता.

संभा रंगानं काळा, अंगलटीनं बारीक आणि उंचीनं थोडा जास्तीच. मिसरूड फुटलं नव्हतं, तेव्हाच तो एका फडात 'नाच्या' म्हणून 'महिन्याला पाच रुपये पगार आणि जेवणखाण फुकट' या करारावर राहिला. त्या फडात त्यानं चार-पाच वर्षं घालविली, कामाची सारी माहिती मिळविली आणि मग काही तरी भांडणतंटा करून तो त्या तमाशातून बाहेर पडला आणि थेट आपल्या गावी, मलकापुरास आला.

गावात गावकीचा तमाशा होताच. साधारण प्रतीचा होता. गावातल्या गावातच त्याचे प्रयोग होत. संभानं त्यातील काही माणसं आणि इतर मिळून ढोलक्या, कडं वाजविणारा, सोंगाड्या, दोघं-तिघं सुरत्ये आणि एक देखणा, गोड गळ्याचा, कोवळा मिसरूड न फुटलेला पोरगा नाच्या म्हणून, असा संच जमवला. ही सारी मंडळी नाव आणि पैसा कमविण्याच्या महत्त्वाकांक्षेनं भारली गेली होती. मलकापूरचा तमाशा सगळ्या दुनियेत म्हाजूर झाला पाहिजे, या ईर्ष्येनं पछाडली होती. मग महारवाड्यातली एक पडळ घेऊन तीत रात्रंदिवस तालमीचा धूमधडका चालू झाला. शिकून आलेला संभा, सरदार म्हणजे फडप्रमुख झाला. तो या तालमी घेऊ लागला. वग बसवू लागला. 'शुकपंचविसी', 'सिंहासन-बत्तीशी' यातली एखादी दुसरी कथा, पुराणातली राजा हरिश्चंद्र, नळ-दमयंती असली आख्यानं त्यानं निवडली. जमलेल्या संचातील डावे-उजवे हेरून 'पार्ट' वाटले. 'तात्या, तू हो प्रधान', 'नामू, तू हो प्रधानपुत्र,' अशी कामं सोपवून दिल्यावर, संवादांची, हावभावांची, गाण्यांची माहिती त्यानं दिली. संवाद, गाणी किंवा वगाचं कथानक टिपलेलं नव्हतंच. सारं तोंडीच. प्रसंगविशेषी चलाख राजानं आपल्या पदरची चार-आठ वाक्यं घातली आणि प्रधानानं हजरजबाबीपणं त्याची उत्तरं दिली, तरी चालण्यासारखं होतं.

एक-दोन वग सुरेख बसल्यावर एकदा रंगपंचमीचा मोका हेरून या मंडळींनी गावात खेळ केला. चावडीपुढचं पटांगण गावकऱ्यांनी गजबजलं. बायाबापड्यासुद्धा बघायला आल्या.

खेळ अगदी उत्तम झाला! गावकरी खूश झाले. म्हणाले, "गड्यांनो, झोकात जमलाय, बरं का, तुमचा संच!"

– आणि त्यांनी आठ-बारा पायली जोंधळे आणि एक बकरं तमासगिरांना इनाम दिलं. यामुळं सर्वांचा उत्साह वाढला.

हळूहळू परगावीही खेळ होऊ लागले. आसपासच्या जत्रेत होऊ लागले. संभा-रामाचा तमाशा चहूकडे भाव मारून राहिला.

– आणि आज ही मंडळी दहा-वीस कोसांवर असलेल्या नागोबाच्या यात्रेला फड घेऊन चालली होती. रात्रीची वाटचाल नको, म्हणून रात्रीच्या रात्र सुपलीत मुक्काम करणार होती आणि सकाळी उठून पुन्हा चालू लागणार होती. रात्री खेळ करणं, न करणं गावकऱ्यांच्या मनावर होतं. तमासगीर आपणहून त्यांना विचारण्यासाठी जाणार नव्हते. महारवाड्यात उतरल्यानंतर तिथल्या प्रमुख महारानं ही वर्दी पाटील-कुलकर्ण्याला दिली आणि त्यांनी खेळ करण्याचं ठरवलं, तर गोष्ट वेगळी! हा असा रिवाजच आहे. हा सुपारी देऊन मुद्दाम आणलेला नव्हता, सहजासहजी आला होता, म्हणून.

गाडी हिंदकळत चालली होती. मागून ते तिघेजण बोलत चालत येत होते.

गावाबाहेरचं खंडोबाचं देऊळ आलं. मागं पडलं. गावातली माळवदी घरं दिसू लागली. वाटेनं येणारे-जाणारे कुतूहलानं पाहू लागले. कडेच्या रानातून चरणारी गुरंढोरं गवत चघळणारं जाभाड थांबवून, कान उभारून उभी राहिली. त्या नव्या बैलजोडीकडं पाहू लागली.

गाडी गावाच्या वेशीत शिरली आणि आत बसलेले तिघेजण कपड्यांवरील धूळ झटकीत खाली उतरले.

मांगवाड्यातील खोपटासमोर खेळणारी उघडी-वाघडी पोरंठोरं डोळे मोठे करून या पाव्हणे मंडळींकडे बघू लागली. आयाबायाही बघू लागल्या. एकमेकीला म्हणू लागल्या, "तमाशा आलाय जनू?"

रामोसवाड्यात एक म्हातारा रामोशी घरापुढं उभा होता. घोंगडं विकण्यासाठी टकळीवर लोकर कातीत होता. तोही डोळे किलकिले करून बघू लागला. त्याच्या पायाशी शेपटी चाळवीत बसून राहिलेली कुत्री एकदम उठली. ती नवी माणसं गावात शिरल्याचं पाहून मोठ्यानं भुंकू लागली. तिच्या नादानं आणखी चारचौघे चेकाळले.

गाडी उभी राहिली. संभा इतरांना म्हणाला, "थांबा थोडकं, मी येतो..." आणि रामोश्याकडं येऊन त्यानं विचारलं, "कुणीकडच्या अंगाला हाय महारवाडा?"

टकळी थांबवून त्यानं गावच्या दुसऱ्या टोकाकडे हात फेकला.

"जाऊ दे अशीच सरळ गाडी...."

थांबलेली गाडी पुन्हा चालू झाली. महारवाड्याकडे गेली.

वाटेतच संभाला एक म्हातारा महार भेटला. कपाळावर हात ठेवून त्यानं विचारलं, "आँ, कुठली पावणं मंडळी?"

मग त्याला नाव-गाव सांगितलं. आणखी चार-दोन महार गोळा झाले. त्यांनी अगत्यानं या मंडळींना महारवाड्याकडं नेलं. 'तक्या'त त्यांची राहण्याची व्यवस्था केली. गावात कुणीही जातवाली मंडळी आली की, त्यांची राहण्याजेवण्याची चोख व्यवस्था गावकरी महार करतात.

तक्यापुढं गाडी उभी राहताच आत बसलेल्या शांतानं खाली उडी मारली. लुगड्याचा घोळ सावरीत आणि डोक्यावरून पदर घेत ती इकडं-तिकडं पाहू लागली.

तोवर बाकीच्या दोघा-चौघांनी गाडीत असलेलं सामानसुमान काढलं. तक्यात ठेवलं. शांता ते नीटनेटकं लावू लागली. ढोलकं, तुणतुणं, वगाच्या वेळी लागणारी तरवारी, ढाली, भाले वगैरे खोटी हत्यारं, राजा, प्रधान, शिपाई यांचे पोशाख, अंथरुणं-पांघरुणं – सारं साहित्य तक्यात ठाकठीक लावलं गेलं. खुंट्यांना दोरी बांधून आणि तिच्यावर घोंगड्याचा पदर टाकून आडोसाही तयार केला गेला.

पायरीवर विडी ओढत बसलेल्या दगडूला संभानं ओरडून सांगितलं, "अरे, ए, दगडू, आडावर जाऊन पान्याची घागर आन भरून."

दगडू रंगानं काळाभोर होता. उंचीनं खुजा होता आणि त्याचं नाक थोडं नकटं होतं. तो तमाशातला सोंगाड्या होता. तो गडबडीनं उठला आणि घागर घेऊन महारवाड्यातील आडावर गेला.

बाकीच्या चौघांपैकी दोघे उठले आणि गावात उगीच हिंडू लागले. त्यात नाच्या काशिनाथही होता.

तक्यापुढं पोरं-ठोरं गोळा झाली. डोकावून पाहू लागली. मग हळूहळू चार-दोन मोठी माणसंही गोळा झाली. आपसात कुजबूज लागली. त्या तिघांपैकी कोण कसला पार्ट करीत असेल, यासंबंधी त्याचे अदमास चालू झाले.

संध्याकाळ झाली. अंधार पडला. सांजवाती लागल्या. रानात गेलेली माणसं परत आली. दुपारी शांत दिसणारं खेड गजबजून गेलं. मग महारवाड्यातला एक प्रमुख महार चावडीवर गेला.

पाटील आणखी चार-सहा गावकरी मंडळी गप्पा हाणत बसली होती, तिथं जाऊन म्हणाला, "ज्वा ऽ ऽ ऽ र!"

"राम राम!" घोगऱ्या आवाजाचा पाटील बोलला, "काय, रं?"

"तमासगीर आल्यात मलकापुरचं. नागोबाच्या जत्रंला निघाल्यात. रातच्या रात मुक्काम केलाय आपल्या गावात!"

"मग तुजं काय म्हननं?"

पाटलाच्या बाजूला बसलेला एक जण मधेच बोलला, "ठरवा की आपल्याच्यांत आज खेळ. नामांकित हाय का रं, चांगलं?"

महारा म्हणाला, "तर, तर! संभा मलकापूर मोठा परसिद हाय की."

पोट सुटलेले कुळकर्णी मळकट धोतर सावरीत उठले. चावडीच्या जोत्यावर जाऊन त्यांनी पिंक टाकली. पान-तंबाखूनं तोंड भरल्यामुळं इतका वेळ त्यांना बोलता आलं नव्हतं. मोकळ्या तोंडानं ते बोलले, "अरे, मग ठरवून टाका आज रात्री खेळ!"

पाटलांनी आजूबाजूला बसलेल्या माणसांकडं पाहिलं आणि विचारलं, "का, हो, ठरवायचा का?"

"ठरवा, ठरवा!" सगळ्यांनी होकार दिला. "होऊन जाऊ द्या चावडीपुढं दंगल! सहज चालून आलाय तमाशा. आणि नामांकितही आहे."

महाराकडं तोंड फिरवून कुलकर्ण्यांनी विचारलं, "बिदागीचं कसं, रे?"

"काय समदं गावकरी देतील, ती!"

"ठीक."

चावडीच्या पायरीला लागून तराळ बसला होता. पाटलानं त्याला दटावलं, "ऊठ, रं, भाकरी माग गावात आन् त्येंच्या जेवनाखान्याची येवस्ता कर."

महार गडबडीनं उठून उभा राहिला. खांद्यावरचं धोतर काखोटीला मारून म्हणाला, "व्हय, जी!"

"आन् दोघं-चौघं मिळून हे म्होरलं पटांगण झाडून घ्या."

"पण, पाटील..." कुणीसं मधेच सुचविलं, "उजेडाची काय व्यवस्था? हिलालासाठी तेल बघा!"

"हिलाल कशाला? सोनारमास्तरची बत्ती हाय की. म्हादा वाण्याकडनं घासलेट आणलं बाटल्या दोन बाटल्या, म्हंजे झालं!"

तमाशा आहे, ही बातमी हलके-हलके सगळ्यांना पोहोचली. कारण हातात भली मोठी टोपली घेऊन तराळ घरोघर भाकरी मागत होता. म्हणत होता, "भाकर वाढा, जी. तमाशा आलाय गावात. तमासगीरांस्नी होव्यात भाकरी!"

शेवटी बारा घरचे बारा तुकडे आणि कालवणं घेऊन तो धर्मशाळेत गेला आणि त्यानं ते सगळं तमासगीरांच्या हवाली केलं. सहाजण कोंडाळं करून

बसले आणि त्याचा फन्ना उडवून उठले!

चावडीपुढं धामधूम चालू झाली. महार-रामोश्यांची धावाधाव सुरू झाली. सोनार-मास्तरानं आढ्याला टांगलेली बत्ती काढली. ती शाबूत आहे की नाही, ते पाहिलं. महादा वाण्याकडून दोन बाटल्या घासलेट आणून ती भरली. चावडीसमोरच्या पटांगणात एक मेढ रोवून तिला लटकावली. बत्तीचा प्रकाश फाकताच घुंगरट्यांबरोबरच पोरांचा चिगोरही तिच्याभोवती जमला. पुढची जागा धरण्यासाठी त्यांच्यात लट्ठालट्ठी चालू झाली.

जेवणीखाणी चटाचट आटपून तोंडं पुशीत पुशीत मोठी माणसंही चावडीकडं सटकू लागली. मधे थोडं मोकळं पटांगण सोडून खालच्या धुराळ्यात मांड्या ठोकून बसली. चावडीपुढचं पटांगण प्रेक्षकांनी अगदी 'फुल' झालं!

तक्यातही धांदल चालू झाली. शांतानं साज चढवला. काशिनाथनंही लुगडं नेसलं, मुद्दाम राखलेले लांब केस नीट वळवून डोईवरून पदर घेतला. संभा दगडूनं पटके सोडून बांधले. आरशात पुन्हा-पुन्हा बघून ते झोकदार आले आहेत, याची खात्री करून घेतली. संतू आणि शिवा हे दोन सुरत्येही नटले. तात्यानं ढोलकी एकदा बडवून पाहिली आणि गळ्यात अडकवली. जोती धोतराचा काच्या मारीत मंडळींना म्हणाला, "आरं, आटपा बिगी...."

तेवढ्यात हातातली घुंगरं लावलेली काठी आपटीत तराळ आला. म्हणाला, "हं, आवरा बिगी. गावकरी खोळंबून ऱ्हायल्यात तकडं!"

– आणि सगळं लटांबर चावडीकडं आलं.

त्यांना पाहताच टाळ्यांचा आणि शिट्यांचा कल्लोळ उठला.

गर्दीतून वाट काढीत सगळे आले. कट्ट्यावर उभे राहिले. शांता पुढं उभी राहिली नाही. ती मागंच बसली. मागं बसलेले चार-दोन टगे तिच्याशी ओळख काढून बोलू लागले. एकानं आपली चंची काढून तिला पानदेखील दिलं. तिच्या जवळच नाच्या काशिनाथही बसला. बिडी ओढू लागला.

हातात कडं घेऊन उभा राहिलेला संभा खाकरला. काळ्याभोर मिशांवरून त्यानं एक-दोन वेळा हात फिरवला. त्याच्याशेजारी जोती येऊन उभा राहिला. दोन्ही हात जाकिटाच्या खिशात घालून प्रेक्षकांवरून नजर फिरवू लागला. तो संभाचा नातलग होता. पूर्वी मुंबईला गिरणीत काम करीत होता. पठ्ठे बापुराव, दगडू साळी शिरोलीकर, रामा कुंभार वर्धनगडकर यांचे जोरदार तमाशे मुंबईत जेव्हा-जेव्हा होत, तेव्हा तो त्याला न चुकता हजर राही आणि घरी चार शिणेची माणसं गोळा करून त्याबरहुकूम नक्कल करी. लागता-लागता त्याला हा तमाशाचा

नाद अति लागला आणि नोकरी सोडून एका फडात शिरला. रामाचा स्वत:चा फड निघाल्यावर त्यानं ह्याला गाठला आणि चार पैसे आगाऊ देण्याचं कबूल करून त्या फडातून फोडून आपल्या फडात घेतला. तोही मुंबईतल्या कामाला कंटाळला होता. ठेकेदाराच्या जाचामुळं पैका बरोबर मिळत नव्हता आणि मुंबईतल्या थेटरांतून होणारे तमाशेही फालतू. हा दिसायला एखाद्या देशमुख-देशपांड्याच्या तोंडात मारील असा होता आणि त्याची गाणं म्हणण्याची आणि संवाद बोलण्याची धाटणीही सुरेख होती.

त्याच्यापलीकडं गळ्यात ढोलकी अडकवून तात्या उभा राहिला. तो रंगानं गोरा होता आणि अंगानंही गोल गरगरीत; स्वभावानं मोठा उस्ताद! त्यापायी चार-पाच फड त्यानं आजपर्यंत सोडले होते. तोंड वाकडं करून बोचरं हास्य करण्याची एक वाईट खोड त्याला होती. त्याला पाहिलं, म्हणजे हा एक लुच्च्या आणि चैन्या माणूस आहे, असं वाटे.

या तिघांच्या मागे झांज आणि तुणतुणं घेऊन संतू आणि शिवा उभे होते. हे दोघे भाऊ-भाऊ होते. पण त्यांच्या तोंडवळ्यात सारखेपणा मुळीच नव्हता. संतू अफू ओढलेल्या माणसासारखा झिंगलेला असे आणि खप्पड तोंडाच्या शिवाला आचरट बोलणं फार आवडे.

या साऱ्या मेळ्यात रुंद खांद्यांचा आणि बुटका दगडू उठून दिसायचा नाही, म्हणून तो साटीनचा तांबडा अंगरखा घाली आणि डोक्यावर पटक्याऐवजी भली उंच फरकॅप तिरपी ठेवी. त्याच्या डोक्यावरची झुलपं नेहमी कपाळावर येत. तो मोठा चतुर, धूर्त आणि गमत्या होता. तो हसताना एक डोळा बारीक करून हसे आणि काहीतरी खोचक बोलून झाल्यावर जीभ बाहेर काढून भुवया उडवी. प्रथम तोही एका फडात होता. त्यातली नाचणारीण त्याच्यावर खूश झाली. फडातल्या सरदारानं तिला ठेवली होती. त्याला हे कळताच त्यानं दगडूला फडातून धक्के मारून हाकललं होतं. पण पुढं तो फडही टिकला नाही. ती बाई एका पाटलाच्या मागं लागून गेली आणि तिच्या अभावी सारा फड फुटला!

त्याच्यामागं टग्यांबरोबर चेष्टमस्करी करीत शांता बसून राहिली होती. तिचा बांधा टुचबाज होता. अंगात ठसका होता. ती मोठी जहांबाज बाई होती. आईचा धंदा ती पुढं चालवीत होती. तिला संभानं 'ठेवली' होती. त्यामुळं त्याची बायको त्याला सोडून गेली होती. संभानं तिची नुसती आठवण काढली, तरी शांता त्याच्यावर चरफडते.

बिडी ओढत बसलेला नाच्या काशिनाथ दिसायला देखणा होता. त्याचं बोलणं चालणं बायकी होतं. त्याचा बाप तमासगीर होता आणि त्यानं आठ

वर्षांचा झाल्यावर काशिनाथला लुगडं नेसवून बोर्डावर उभं केलं होतं.

संभा-जोतीनं जमिनीला हात लावून प्रेक्षकांना नमन केलं. संभा पुन्हा एकवार खाकरला.

तात्याची बोटं ढोलकीच्या तोंडावर फिरली.

संतूनं आवाज केला. शिवा काडीनं तुणतुणं पिंजू लागला. गणाला सुरुवात झाली.

संभा-जोती जोडीनं म्हणू लागले. आवाज उंचावून म्हणू लागले :

'लवकर यावे, सिद्धगणेशा
आतमध्ये कीर्तन, वरून तमाशा....
आमचा भरवसा तुम्हावरी खासा
लवकर यावे, सिद्धगणेशा....'

मागे सुरत्ये रिंगाटी ओढू लागले.

चावडीच्या डाव्या बाजूला कुलकर्ण्यांची घरं होती. त्यांच्या अंगणात भिंतीच्या सावलीला बायकाही येऊन उभ्या राहिल्या. आपआपल्या घराच्या माळवदावर चढून कुरवाड्याच्या बायकासुद्धा तमाशा बघू लागल्या.

घोळून-घोळून गण चालला होता. अखेर तो संपला. तात्यानं ढोलकीवर थाप टाकली!

मग थोडा वेळ घाम पुसण्यात, ढोलकी-तुणतुणं नीट लावण्यात गेला. आणि तात्यानं ढोलकीवर लहेरा वाजवायला सुरुवात केली. दोन-अडीच मिनिटं नुसती ढोलकी वाजत होती. तुणतुणं तिला साथ करीत होतं. तो थांबला, तशी मागे बसलेली शांता घाईघाईने उठली, पदर सावरीत पुढं आली आणि जमिनीला हात लावून तिनं प्रेक्षकांना नमन केलं. मध्यभागी ती उभी राहिली. तिच्याबरोबर काशिनाथही होता. चाळ घातलेले पाय ठसकावून सुरत्यापाशी जाऊन शांता म्हणाली, "काशे...."

त्यानं धोतराचा पदर डोक्यावरून घेतला आणि बारीक आवाज काढला, "काय म्हणतीस, राधे?"

त्याच्या खांद्याला धरून शांतानं त्याला पुढं आणलं.

"जायचं नव्हं?"

"कुटं?"

"मथुरेच्या बाजाराला."

“हां-हां, चल.”

शांता आणि तिच्या मागोमाग काशिनाथ व संतू एक रिंगण मारून शिवापाशी आली. शांता त्याला म्हणाली, “अगं....”

“का, गं?”

“चल, मथुरेच्या बाजाराला.”

अशा दोघी-चौघी गौळणी जमल्या. त्यात दगडूही होता.

शांता म्हणू लागली :

‘चला गौळणी, चला, गं, बाई
आज या मथुरेच्या बाजाराला....
दह्या-दुधाचे माठ घेऊन, चला, गौळणी....’

एकामागून एक अशा गौळणी जाऊ लागल्या.

इतका वेळ मागे उभा राहून साथ करणारा दगडू लगबगीनं पुढं आला आणि गौळणींची वाट अडवून म्हणाला, “खबरदार, म्होरं जाल, तर!”

शांतानं हनुवटीवर बोट ठेवून त्याला विचारलं, “पण, बाई, कशाबद्दल?”

“रस्ता बंद आहे. किसनदेवाचा हुकूम आहे.”

या त्याच्या दटावणीबरोबर डोक्यावरून धोतराचा पदर घेतलेला सुरत्या तात्या पुढं आला आणि म्हणाला, “चला, गं चला.”

– आणि दगडूला ढकलून चालू लागला. बत्तीच्या मेढीवर आपटलेला दगडू सावरून आला आणि पुन्हा वाट अडवून तात्याला बोलला, “अगं, ए, गवळणींच्या मॅणेजरणी, रस्ता बंद आहे!”

दगडूच्या मजेशीर बोलण्यानं आणि हावभावानं प्रेक्षक खुदुखुदु हसत होते.

तात्यानं त्याला पुन्हा धक्का देऊन बाजूला केलं.

“अरं, जा, रं कोंबडीच्या, आमाला ठावं न्हाई तुजा किसनदेव?”

– आणि गवळणी पुन्हा ठुमकत चालू लागल्या.

संभाकडे जाऊन दगडू काकुळती येऊन म्हणाला, “देवा, माज्याच्यानं आवरत न्हाईत, बाबा, गवळणी! मोठ्या डॅंबिस हैत्या. धक्कं मारून मला बाजूला करत्यात. तुमचं तुमीच बगा आता!”

मग संभा पुढं झाला आणि त्यानं रस्ता अडवून त्यांना डाफरलं, “रस्त्यानं जायाचं न्हाई!”

शांतानं विचारलं, “पण आम्हा गौळणींना अडवणारे तुम्ही कोन?”

“मी कोन? ठावं न्हाई?”

"न्हाई, बाई!"

"ऐक...."

संभ्यानं मत्स्य, कूर्म, वराह इत्यादी देवांचे अवतार फडाफड सांगून शेवटी माहिती दिली, "आन् आठव्या अवतारी तो हा कृष्ण सजून मी तुझ्या म्होरं उभा आहे."

त्याबरोबर दगडूनं शेंडा खुडला, "महार होऊन तमाशा करत गावोगाव हिंडत आहे!"

सगळे खदखदून हसले. त्यातल्या त्यात दूरवर बसलेल्या महार मंडळींना अगदी मनापासून हसू आलं!

मग खोडसाळ हरीनं राधेचा पदर धरला, तशी ती गिरकी मारून म्हणू लागली,

'कुणी सांगा या श्रीहरीला, माझा पदर धरीला....'

ढोलक्या अगदी रंगात आला. कोंबड्यासारखी मान झुंजवू लागला. कमरेपासून वरचा मोहरा हलवू लागला. संभासुद्धा बेहोश होऊन कडं वाजवू लागला. शांताचे दोन्ही पाय जमिनीवर ठरेनासे झाले. समेवर येताच उजवा पाय उचलून तो गुढघ्यात वाकवून ती डाव्या पावलापलीकडं अशा तोऱ्यानं ठसकावी की, पाहणाऱ्याच्या छातीतून कळ उठावी! पुन्हा पुढं येऊन समोर चावडीवर बसलेल्या वजनदार गावकऱ्यांकडे हात करून ती ललकारी घेई :

'किती वेळा, बाई, मी त्याला दूर झिडकारीला,
हात घाली छातीला, माझा पदर धरीला,
पैठणीचा घोळ, बाई, म्या सावरीला,
कुणी सांगा....'

हे म्हणताना, ती लटक्या रागानं संभाला दूर ढकलीत होती. छातीवरचा पदर पुन्हा-पुन्हा सावरीत होती. लुगड्याचा घोळ आवरीत होती... आणि कमरेत लचकून, डोळे मुरडून म्हणत होती,

'अहो, सांगा या श्रीहरीला, माझा पदर धरीला....'

आता मात्र सारे बघणारे ओहटीला लागले. जमिनीवरून त्यांचे पाय सुटले.

पुढं बसलेले डोळे मोठ्ठे करून आणि तोंड उघडून शांताची प्रत्येक हालचाल टिपत होते. आणि मागं बसलेले बुडं उचलून चवड्यांवर आले होते आणि माना लांब करून न्याहळत होते. जणू सारेच मोरपिसं डोक्यावर खोवून आणि पीतांबर नेसून कृष्ण झाले होते आणि मस्तवाल राधेचा पदर धरून तो हिसकत होते. तिच्या छातीला हात घालीत होते.

मध्यभागी बसलेला तांबोळ्याचा अबदुल्या अर्धवट उठला आणि एक अधेली चिमटीत धरून त्यानं शीट मारली.

नाचण्याच्या धुंदीत शांताचं तिकडं लक्ष गेलं नाही, तेव्हा संभानं तिला डिवचून तिकडं जाण्यास खुणावलं.

तिनं सोडलेले कडवं उचलून धरून दगडू-संभा घोळवू लागले आणि प्रेक्षकांतून वाट काढीत ती अबदुल्याकडे आली. तिच्या हाताचा कुणाकुणाला स्पर्श झाला. त्यांना पोळल्यासारखं वाटलं आणि कुणीकुणी मुद्दाम वाट न सोडता तिच्या पिंढऱ्यांना खांदे थटवले.

अबदुल्यानं अधेली चिमटीत घट्ट धरली होती. हसत-हसत शांतानं ती सोडवून घेतलं, तेव्हा तो अगदी खूश झाला. म्हणाला, "शिणेमातलं गाणं म्हण, मार कट्यार!"

त्याबरोबर त्याच्या शेजारी बसलेला रामोश्याचा पिऱ्या त्याला धक्का देऊन म्हणाला, "ए अबदुल्या, लेका, शिणेमातलं गाणं कशाला? कोळणीची लावणी म्हणू दे!"

तसा अबदुल्या बोलला, "तुला काय ठावं? मंबईला असलीच गाणी असत्यात."

अबदुल्या सुपली सोडून दोन-तीन वर्षं मुंबईत राहिला होता. विड्यांच्या कारखान्यात होता.

अधेली घेऊन मंडळींचे धक्के घेत शांता पुन्हा जाग्यावर गेली. तिनं इशारा करताच वाद्यं बंद झाली. अधेली वर धरून ती बोलली, "ह्या अधेलीचं म्हननं हाय की, शिनेमातलं गानं अक्षी ठासून, घोळून झालं पायजेल."

– आणि ती अधेली जोतीच्या तुणतुण्याच्या खोक्यात टाकून तिनं डोळा मारून सुरुवात केली :

'मा ऽ ऽ र कट्यार मर जाना....'

अबदुल्यानं ही हुल्लड सुरू केली आणि मग शहर-गावांतून जाऊन आलेली आणखी चार-सहा पोरं चेकाळली. त्यांनी दोन-दोन रुपयांचा खुर्दा उडवला.

सिनेमातल्या गाण्यांचा हौदोस सुरू झाला. एकमेकांच्या ईर्ष्येनं एक गाणंही कडेला जाईना.

हा मामला काही जुन्या कुणबी गड्यांना पसंत पडला नाही. पोरांची हौस म्हणून त्यांनी थोडा वेळ कळ काढली. पण लावण्या-छकडी बाजूला राहून ती तबकडीवरची गाणी जास्तच बोकाळू लागली, तेव्हा म्हातारा दत्तू सुतार एकदम उठून उभा राहिला आणि गरजला, ''आरं ए, बंद करा बघू त्यो गोंधळ! आमी काय शिनेमांतली गानी ऐकन्यापायी बसलो न्हाई हातं! वग लावा एकांदा!''

त्यासरशी निरनिराळ्या बाजूंनी आणखी आवाज उठले, ''खरं हाय, ह्यो चावटपना पुरं. वग लावा!''

गडबड वाढली, तेव्हा संभानं हात वर करून सांगितलं, ''मंडळींनी शांत व्हावं. त्येंच्या म्हनन्यापरमानं आमी वग लावू.''

गलका कमी झाला.

मधे थोडा खंड पडला. तमासगिरांनी पान-तमाखू खाऊन थोडा वेळ उसंत घेतली. प्रेक्षकही आपसात बोलू लागले. अवघडलेले पाय लांबवू लागले.

बत्तीचा प्रकाश मंदावला होता. सोनारमास्तर उठले आणि त्यांनी पंप मारून तिला पुन्हा चमकायला लावली.

झोपेनं भारावलेल्या डोळ्यांची उघडझाप करीत मोठ्या कष्टानं जागी राहिलेली पोरं पेंगली आणि बसल्या जागीच पडली.

थोडा वेळ ताठलेले पाय मोकळे करून झाल्यावर तमासगीर मंडळी पुन्हा उभी राहिली.

नाच्या काशिनाथला पुढं बोलावून घेऊन संभा बोलला, ''प्राणसखे, आपला मुलगा जो चंद्रसेन त्याच्या लग्नाच्या वाटाघाटी पूर्ण झाल्या. आज पंदरादींचा मुहूर्त धरला.''

''मग माझी कन्या जयवंती हिला आणण्याची काय सोय केली? मुलीला आपल्या भावाच्या लग्नासाठी अवश्य बोलवायला पायजे!''

''ठीक आहे. कोण आहे, रे तिकडं?''

दगडू पुढं येऊन बोलला, ''मी दगड्या हाय नव्हं, जी....''

''हे बघ, गाडी जूप आणि पुण्याला जाऊन जयवंतीला घेऊन ये. काय?''

''गाडीला बैल जूप आणि जयवंतीला घेऊन ये!''

''बस!''

ढोलकी कडकडली. कानांवर हात ठेवून संभा-जोती आरडू लागले,

'अरं, जैवंती पुण्यामधी नार
सासू-सासरे घरी दवलतदार
देखणा चंद्र तिचा भरतार
सुख संसारी –
धाकट्या भावाचं लग्न विजापुरी!
माय म्हणे की, जैवंतीला
आधी मूळ धाडा प्राणसखीला,
गाडी, गाडीवान पाठविला,
पुणे शहरी जी....'

दगडूनं फेऱ्या मारल्या आणि शांतापाशी येऊन तो म्हणाला, "हं, आटपा लवकर."

"अरे, काय?"

"लवकर तयारी झाली पायजेल!"

"अरे, पण कशाची?"

"लगीन हाय."

"कुणाचं?"

"मी गाडी घेऊन आलोय."

"आला असशील! नीट बोल, नाहीतर धक्के मारून पिटवाय सांगते वाड्याबाहेर!"

"ह्यो का न्याव झाला? अवं, तुमच्या धाकट्या भावाचं लगीन आहे विजापुरी. तुमच्या माहेराकडनं गाडी घिऊन नेण्यापायी आलाय ह्यो दगड्या."

"अगं, बाई! खरंच, दगडोबा? मग थांबा, मी सासू-सासऱ्यांचा विचार घेते."

शांता चाळ बांधलेले पाय नाचवत ढोलक्यापाशी आली. म्हणाली, "मामंजी, धाकट्या भावाचं लगीन आहे, म्हणून मला माहेराहून मूळ आलं आहे."

"असं? मग तुजं काय म्हननं हाय?"

"तुम्ही मला जाण्यास परवानगी द्यावी."

"ठीक आहे. जाऊन ये. संभाळून ये."

"बरं-बरं." पदर नीटनेटका घेऊन शांता दगडूपाशी आली आणि म्हणाली, "आटप लवकर. गाडी जूप."

दगडू प्रेक्षकांकडे बघून बावरल्या तोंडानं बोलला, "मामंजीला इच्यारलं, पन भरताराचा पत्त्या न्हाई. खरं हाय, त्यो कुनाचा कोन?"

"आटपलं, का नाही?"

"हं, ही जुपली गाडी. बसा आत."

दगडूनं बैलांच्या शेपट्या मुरगाळल्या. हवेत आसूड ओढले.

एकापाठोपाठ एक असे काही वेळ फिरल्यावर शांता म्हणाली, "दगडोबा, ती समोर बारव दिसते. आंब्याचं झाडही आहे. आपण तिथं फराळ करू, थोडी विश्रांती घेऊ आन् पुढं जाऊ."

"ठीक."

– आणि मघा तुटलेला धागा उचलून पुन्हा जोडला गेला,

'जयवंती लावली वाटी
जाया माहेरी, जी
संगं सहेली गाडीवान, छताची गाडी
दिवस उन्हाळा, दुपार वैराण
वाटेवरी देखिली आंब्याची छाया
बारव गहरी त्या ठायी सोडली गाडी
सुंदरा फराळपात्र वाढी....'

"बसा, दगडोबा, खाऊन घ्या."

"होय-होय, काय सुरेक जेवण झालंय, वं! तुमीच केलं का?"

"होय, मीच केलंय सगळं जेवण."

"इयाक करताय की. आमच्या बायकूला काय येत न्हाई करायला. तुम्ही ऱ्हाता का आमच्यांत बबर्जी?"

दगडूच्या या विनोदावर मंडळी खदखदून हसली आणि शांतानं लटकं संतापून त्याच्या थोबाडीत मारली.

ते उत्तम-उत्तम फराळाचे पदार्थ खाऊन दगडू फुगला आणि आंब्याच्या सावलीला कलंडून बोलला, "बाई, मी वाईसा पडतो. सुरसुरी आलीया."

त्याला झोप लागली.

पाठीमागून उत्तम पोशाख करून जोती पुढं झाला.

'सुंदरा फराळपात्र वाढी
घेतल्या रुच्या पदार्थ गोडी
आणि चूळ भरी
लागली गाडीवानासी झोप

निद्रा करी जी....
तितक्यात पाहिला घोडा
पंछी मुशाफीर फाकडा....'

शांताकडे बघत तो उभा राहिला, दोघांची नजरानजर झाली.

शांतानं डोळे मुरडून त्याला विचारलं, "अहो, तुम्ही कोण? कुठल्या गावचे?"

जोतीनं उत्तर दिलं, "संगमनेर."

"चालला कुठं?"

"भागानगर –"

'धीट होऊन बोलते जैवंती सुंदरी, जी....
तुम्ही कोठले राहणारे, कुणीकडे स्वारी, जी....
तो घोड्यावरून म्हणतो काय सांगू, जी....
रंगमहाल हवेल्या माझ्या संगमनेरी, जी....
घरदार सोडले, सेजेची अस्तुरी, जी....
घरप्रपंच मुकला खंडे संसाराला, जी....
आम्ही सहज कराया जातो भागानगरा, जी....'

जोतीनं तिला विचारलं, "तू कुठची, कोण सुंदरी आणि कुठं निघालीस?"

"मी थेट पुण्याची. माहेर विजापूर. भावाच्या लग्नासाठी माहेराहून मूळ आलं, म्हणून चालले आहे. पण मधेच माझं मन तुमच्यावर बसलं आहे; आता मी जात नाही. तुमच्याबरोबरच येत्ये."

'मी भुलू पडल्ये तुमच्या सुरतीवरी,
आहे तुम्हा-आम्हास चोरी,
गोष्ट नाही बरी,
जैवंती बैसली त्याच्या घोड्यावरी,
दोघं निघून गेली त्या भागानगरी'

"चल, मग तू घोड्यावर पुढं बैस. आता हा गाडीवान जागा व्हायच्या आत आपण बारा कोस निघून जाऊ."

"चला."

तिने केला मनाचा हिय्या
सोडली गणगोताची माया
घातली मिठी शिपायाच्या गळा
चालली संगं –
पंछीनं ओढीला हात, उडविला रंग, जी....
तुझ्या भरज्वानीचा फुंद
शिपाई सुदा बावरा बुंद
नार इश्कामध्ये झाली धुंद
बोले नि:संग....
मला दावा भागानगर कोण्या अंगा, जी....'

बघणारी मंडळी रंगून गेली. पळून गेलेल्या जयवंतीला तिच्या नवऱ्यानं कशी सोडवून आणली आणि त्या फंची मुशाफिरास तोडीस तोड देऊन त्याचा काटा कसा काढला, वगैरे कथाभाग होईपर्यंत कोंबडा 'टोऽ टोऽ टोऽ अऽ' करून दोन-तीन वेळा ओरडला, बत्तीचा लाईट फिका पडला. ऐकता ऐकताच डुलकी घेऊन कलंडलेली मंडळी जागी झाली आणि अंगरख्याला लागलेला धुरळा झटकून उभी राहिली.

तमाशा संपला!

पायताणं, पटके यांची शोधाशोध चालू झाली. धक्काबुक्की करून जो तो गर्दीतून बाहेर पडून घर जवळ करू लागला. जाता-जाता शेजाऱ्याला म्हणू लागला, "झ्याक हाय तमाशा! सोंगाड्या मोठा बाजिंदा हाय. बाईचा गळा बी जोसात चालतुया!"

तमासगीर मंडळींनीही आवराआवर केली. जरा वेळ तिथंच अवघडलेली बोटं मोडली. शांतानं आणि काशिनाथनं पायातले चाळ सोडले.

तराळ आला आणि संभाला म्हणाला, "पाटील बोलावत्यात."

चुरगळलेलं मुंडासं डोक्यावर ठेवून संभा धांदलीनं गेला. पाटलासमोर हसतमुखानं उभा राहिला. पाटील म्हणाला, "बेस झाला रे, खेळ! म्होरं लगी जाताय का?"

"व्हय, जी. आता गाडी जुपायला व्हवी."

"तसं का?" पाटलानं आग्रह केला, "तकीम व्हा थोडकं. न्हारी करा आन् बिदागी घिऊन व्हा म्होरं!"

संभानंही जास्ती ओढून धरलं नाही. मान डोलावली. तो परत आला आणि इतरांना म्हणाला, "हं उटा, चला तक्यात."

तुणतुणं, ढोलकं उचलून सगळी मुक्कामावर परत आली. दौलतजाद्याच्या जमलेल्या चवल्या-पावल्या सर्वांनी सारख्या प्रमाणात वाटून घेतल्या.

रात्रभर जागलेली गावकरी मंडळी भाकरी बांधून घेऊन रानात जायच्या तयारीला लागली....

■

'मौज' खास अंक १९४७.

आम्ही कुंडलला होतो. दादांना सोळा रुपये पगार होता. तो कधी आला आणि संपला, हे घरात कुणालाच कळत नसे. आई म्हणे की, 'पहिल्या तारखेला हे पगार घेतात, तो कचेरीतून घरी येईपर्यंत संपतो.'

मी सात वर्षांचा होतो. दादांकडे केव्हाही पैसे मागितले की, ते म्हणत, "हां देऊ, पगार झाल्यावर."

त्यामुळं आईचं म्हणणं मला पटत असे.

शनिवारी दुपारी, जेवणानंतरची डुलकी घेऊन दादा जागे झाले.

मी भिंतीचा आधार घेऊन खाली डोकं, वर पाय करीत होतो.

दादा मला म्हणाले, "चला, बंकटराव, आपण बाजार करू."

मला आनंद झाला. सर्कशीतल्या जवानासारखी मी एक हातावरची उडी मारली.

। माझा हातगुण ।

आठवड्याचा बाजार आला, म्हणजे दादांना संकट आल्यासारखं वाटे. रुपया-दोन रुपयांचा खर्च असे. तो करायचा कुठनं? दर खेपेला हातउसने पैसे तरी देणार कोण? दिले, तरी ते परत द्यायचे कसे?

या अडचणीमुळं दादा बाजाराचा दिवस विसरून जात. गुरुवारपासून ते वारांची नावं पुढेमागे करू लागत आणि शनिवारी दुपारी कचेरीतून आले, म्हणजे तीन वाजता बाजार करायचा आहे, हे साफ विसरून खुशाल झोपून जात.

आई सारखी म्हणे, "अहो, उठा की, तीन वाजले."

दादा नुसते म्हणत, "हं."

बऱ्याच हाका मारल्यावर ते गडबडीनं उठत आणि चूळ भरून अंगरखा घालीत म्हणत, "तीन वाजले असतील, नाही? कचेरीची वेळ होऊन गेली."

आई म्हणे, "आज कसली कचेरी? शनिवार नाही का?"

"आँ? शनिवार नाही का आज? माझ्या ध्यानातच नाही!"

मग ते पुन्हा वळकटीला टेकून निवांत बसत. मधून-मधून तळहातावरच्या

रेषा बघत.

आई सारखी ओरडे, ''हे काय असलं निवांत बसणं? बाजार भरून किती वेळ झाला.''

''भरला असेल. आपल्याला काय करायचंय?''

''अहो, असं काय करता? धान्यधुन्य आणायचं आहे. तांदूळ नाहीत. डाळ आणायची आहे. भाजी बघा.''

आई बोले, पण दादांना काही ऐकूच येत नसे. ते तिरळ्या डोळ्यांनी नाकाच्या शेंड्याकडे पाहत आणि मिशा गोंजारत.

हे सगळे संवाद आणि सगळे प्रसंग मला माहीत होते. त्यामुळं दादांनी बाजार करू, असं म्हटल्यावर अचंबाच वाटला.

बाजार बांधण्यासाठी आईकडून उपरणं घेताना मी विचारलं, ''आई, आज शनिवार, हे दादांच्या नेमकं कसं ध्यानात आलं?''

आई म्हणाली, ''आज पहिली तारीख, पगार झाला. तिकीट घ्यायचं असेल.''

खांद्यावर उपरणं टाकून मी दादांच्याबरोबर निघालो. दोन्ही हात पाठीमागे बांधून दादा चालत होते. कुणी जाणा-येणारा त्यांना राम-राम घालताच त्यांना हात गडबडीनं सोडवून पुढे घ्यावे लागत होते. काही वेळा दादांच्याऐवजी मीच रामराम घेत होतो.

बराच वेळ न बोलता चालल्यावर मी विचारलं, ''दादा, आईनं यादी दिली का? काय-काय आणायचं आहे?''

''आणायचं आहे पुष्कळ गाडीभर. पण त्याला पैसे नकोत का? बघू, जमेल तेवढं आणू.''

बाजाराचं पटांगण आलं. लोकांची गजबज ऐकू येऊ लागली. मिरच्यांचा, गुळाचा वास आला. पेरू, केळ्यांचे ढीग दिसले.

दादा पुढेच निघाले. बाजाराच्या पटांगणाकडे न वळता सरळ रस्त्यानं चालू लागले. मला वाटलं, वारांप्रमाणे दादा बाजारही मुद्दाम विसरले.

''दादा, बाजार तर मागं राहिला.''

''राहू दे. आपण पुन्हा परत येऊ. पहिल्यांदा बाळू जैनाच्या दुकानी जाऊ.''

माझ्या तोंडाला चळकन पाणी सुटलं. दादांनी माझ्या मनातलं ओळखलं होतं.

जैनाच्या दुकानात पोहोचलो, तेव्हा मिठाईचा सुरेख वास आला. आज बाजार असल्यामुळं दुकानाच्या लाकडी मांडावर, सगळ्या भरलेल्या पराती दिसत होत्या. अंगाचा बहुत पसारा असल्या पिवळ्याजर्द जिलब्या, कोथिंबिरीची हिरवी टोपी घातलेला चिवड्याचा ढीग, पिरॅमिड करून तसेच उभे राहिलेले बुंदीचे लाडू, चारोळ्यांची तिट्टी लावलेली बर्फी आणि एकमेकांच्या अंगाला रेलून फेर धरलेले पेढे....

कपाळावर आणि कानांच्या पाळ्यांना केशरी गंधाचे ठिपके लावलेला बाळू जैन म्हणाला, "या, बापू. किती देऊ?"

दादा म्हणाले, "द्या, नेहमीसारखं एकच."

दादांनी पार्शी फॅशन कोटाच्या खिशातून एक बंदा रुपाया काढला. माझ्यापाशी दिला आणि ते बाळूला म्हणाले, "नंबर यांच्या हातून निघू द्या."

तो चकचकीत रुपाया माझ्या गुलाबी तळहातावर कसा वजनदार वाटत होता. त्याच्यावर बोडक्या राजाचं मुंडकं होतं. मी तो मुठीत बंद करून टाकला.

दुसऱ्या गिऱ्हाइकासाठी बत्ताशांचा पुडा बांधत बाळूनं माझ्याकडं बघितलं, "सर्वांत धाकटा का?"

"नाही. याच्या खालचा एक नंबर आहे; पण तो फार लहान आहे. नाकळता आहे."

"असं, मग या खेपेला ह्याचा हातगुण बघताय?"

"हां, आमच्या हाताला काही यश देत नाही, पोरं तरी नशिबाची आहेत का, बघू या."

बाळू जैन लोंबत्या दोरीला धरून उठला. वरच्या मांडावरून एक कार्डबोर्डचं खोकं त्यानं माझ्यापुढं ठेवलं. त्यात इंग्रजी आकडे छापलेली तिकिटं होती. मला इंग्रजी मुळीच कळत नव्हतं.

दादा मला म्हणाले, "हं, देवाचं नाव घेऊन त्यातलं कुठलंही एक तिकीट काढ."

मला लवकर देवाचं नाव आठवेना, कितीतरी देव होते! मी आपलं 'देवा, परमेश्वरा' असं म्हटलं आणि पत्त्याच्या जोडातून एक पान काढावं, तसं एक तिकीट काढलं. दादांनी ते आपल्याकडे घेतलं. त्याच्यावरची संख्या मोठी होती. मला वाचता आली नाही.

दादांनी तिकीट बारकाईनं पाहिलं आणि जन्मकुंडली ठेवावी, तसं मोठ्या महत्त्वानं खिशात ठेवून दिलं.

"चल आता, बंकटस्वामी, रुपया द्या तो बाळिशाला."

एवढा चांगला रुपया मला सोडवेना. मी मख्खपणे उभा राहिलो. याच्याकडून

रुपाया देववणार नाही, हे दादांना कळलं. खाली वाकून त्यांनी माझी मूठ सोडवली आणि रुपाया जैनाला देऊन टाकला. घामेजलेल्या तळहाताकडे बघत मी विचारलं, ''कसलं तिकीट?''

''गोवा लॉटरीचं. नशीब असलं, तर माणूस लक्षाधीश होतो!''

लक्षाधीश झाल्यावर दादा मोत्यांच्या तुऱ्याची लाल पगडी घालतील आणि मांडीवर तलवार घेऊन मखमलीच्या खुर्चीवर बसतील, असं मला वाटलं. आमच्या शाळेत औंधाच्या राजेसाहेबांचा फोटो तसाच होता.

जमेल तेवढा बाजार करून आम्ही घरी परत आलो. मी गडबडीनं स्वयंपाकघरात जाऊन आईला बातमी सांगितली.

''दादांनी लॉटरीचं तिकीट घेतलं.''

ते बाहेरून दादांनी ऐकलं आणि आपणहून आईला हाक मारून सांगितलं, ''बरं का, आज व्यंकटेशाच्या हातनं तिकीट काढलं. बघू त्याचं नशीब.''

आई चूल पेटविण्यासाठी बोळ्यावर रॉकेल ओतीत म्हणाली, ''डोंबलाचं नशीब! फुकट रुपाया गेला मातीत. आजवर कितीक गेले असतील. नशिबाच्या मागं लागून पोराबाळांच्या तोंडचा घास जातो.''

दादांनी लोंबत्या शेंडीला पुढे घेऊन डोक्यावर झोपवीत म्हटलं, ''बराय, लागलं घबाड, म्हणजे त्यातला वाटा मागू नका. गेल्या साली मामलेदारांच्या गुंडू आचाऱ्याला दहा हजार रुपये मिळाले फक्कन. जन्माची कटकट चुकली!''

गुंडूप्रमाणे आपल्या मागची कटकट चुकणार, याविषयी दादांना एकदम आशा वाटत असे आणि एकदम निराशा वाटत असे. मग ते आपण तिकीट काढलं आहे, हे साफ विसरून जात आणि फक्त लॉटरी फुटणारी तारीख केव्हा उजाडते, त्याची वाट बघत राहत.

दादांचं हे व्यसन आईला मुळीच आवडत नसे. आजपर्यंत खर्च केलेल्या लॉटरीच्या पैशात किती लुगडी, किती खण, किती जोंधळे आले असते, असा विचार तिच्या सारखा डोक्यात येई. अर्धशिशी उठे.

दादांनाही पैसे उगीच जातात, असं वाटे; पण श्रीमंत होण्याचा दुसरा कुठलाही मार्ग मोकळा नव्हता, म्हणून ते लॉटरीचं व्यसन करीत होते. त्या कैफात त्यांचा महिना ठीक जाई.

असे अनेक महिने कैफात गेले होते; पण आजतागायत दादांच्या हाताला यश आलं नव्हतं. घरातील दुसऱ्या कुणाच्या हाताला आलं नव्हतं. राहता

राहिला माझा हात आता परीक्षेला बसला होता.

खरं तर माझा हातगुण मुळीच चांगला नव्हता. आईनं मला वाण्याकडून तेल आणायला सांगितलं की, ते हटकून माझ्या हातून रस्त्याच्या धुळीत सांडत असे. घरातील बहुतेक कपबश्यांचे मृत्यू माझ्या हातून होत. जेव्हा-जेव्हा मी माझ्या धाकट्या भावंडाला कडेवर घेई (आईच्या दटावण्यावरून), तेव्हा-तेव्हा ते माझ्या हातून खाली पडे. जेव्हा-जेव्हा आई मला उसनं काही आणायला शेजाऱ्यापाजाऱ्याकडे धाडी, तेव्हा-तेव्हा मी हात हलवीत माघारी येणार, हे भाकीत ती अगोदरच करून ठेवी.

शिवाय काहीही बनवायला माझे हात तयार नसत, तर मोडायला उत्सुक असत. कुठलीही धड वस्तू मी हां-हां म्हणता मोडून दाखवीत असे. आई म्हणे, "धडाचा इदौंस करणारं पोरंग आहे!"

माझ्या हाताला यश कसं येणार आणि गुंडू आचाऱ्याप्रमाणं दादांचं भाग्य कसं उदयाला येणार?

दिवसामागून दिवस गेले. लॉटरीचं तिकीट हा प्रकार मी साफ विसरून गेलो. आपला हातगुण वाईट आहे, हे विसरून गेलो.

एके दिवशी मधल्या सुटीत मी शाळेबाहेर आलो आणि इकडेतिकडे करू लागलो, तेव्हा शाळेसमोर नाझरीणकाकू, गौर बसावी, तशा उभ्या राहिलेल्या दिसल्या. त्यांनी मला हाक मारली.

"इकडे ये, रे, व्यंकटेशा."

नाझरांना पगार जास्ती होता. दूधदुभत्यासाठी घरी म्हैस होती. त्यामुळं नाझरीणकाकू गर्व करीत. त्यांच्या गर्वाचं घर खाली व्हावं, असं आईला वाटे.

मी जवळ जाऊन म्हटलं, "काय हो, काकू?"

काकू आणखी प्रेमळपणानं म्हणाल्या, "चल, आमच्या घरी तुला खाऊ देते."

हा प्रकार अगदी विचित्र होता. काकू इतक्या आपुलकीनं माझ्याशी कधी वागल्या नव्हत्या; वागतील, असं वाटलं नव्हतं. हे असं का, असं मनाशी घोकत-घोकत मी त्यांच्या मागोमाग गेलो.

घरात जाताच काकूंनी माझ्याकरिता पाट मांडला. 'बैस' म्हणाल्या. मी मांजर बसावं, तसा पाटावर बसलो, तेव्हा काकूंनी वाटीत घालून मला चक्क मुगाचा लाडू दिला!

मी आईला विचारल्याशिवाय दुसऱ्याच्या घरचं खात नाही, असं बाणेदार उत्तर देऊन काकूंच्या गर्वाचं घर खाली करावं, असं मला फार वाटलं. पण मुगाच्या लाडवाचा वास छानच येत होता. पुन्हा केव्हा तरी, असं म्हणू, असा निश्चय करून मी समोरचं अन्न खाल्लं. ('अन्नाला माजू नये' – आमची आई.)

सर्व लाडू माझ्या पोटात गेला. तोपर्यंत गालावर हाताचा मुटका ठेवून काकू समोर बसल्या होत्या. माझं पाणी पिऊन झाल्यावर काकूंनी प्रेमळपणे विचारलं, ''माझं एक काम करशील का, व्यंकटेशा?''

असं काही होणार, असं मला सारखं वाटतच होतं. मी घाबरून विचारलं, ''काय?''

खासगी आवाज काढून काकू म्हणाल्या, ''कुणाला सांगू नकोस. मला किनी, तुझ्या हातनं एक गोवा लॉटरीचं तिकीट काढून पाहिजे.''

लाडू खाल्ल्यामुळं मला नाही म्हणता येईना.

मी विचारलं, ''का, हो?''

''अरे, तुझा हातगुण चांगला आहे. आज लॉटरी फुटली. तुझा नंबर लागला, म्हणे. शंभर रुपये आले.''

''अस्सं?''

मला फार आनंद झाला. पाटावरून एकदम उठून मी शाळेकडे पळू लागलो, तेव्हा माझ्या सदऱ्याला धरून काकूंनी उभे केले. डोळे बारीक करून बजावलं, ''हे बघ, महिन्याचं अगदी पहिलं तिकीट मला आणून द्यायचं. कुणाला सांगायचं नाही, हो! मी बरोबर येईन, पण लांब उभी राहीन दुकानापासून.''

मी 'होय, होय' म्हणून सदरा सोडवून घेतला आणि शाळेत आलो. धापा टाकीत जागेवर बसलो. शेजारच्या भटजींच्या वसंताला म्हणालो, ''आमचे दादा लक्षाधीश झाले.''

हा प्रकार कसा काय झाला, हे मी सांगतो आहे, इतक्यात शाळेचा ओठतुटका शिपाई आला आणि म्हणाला, ''ये यंक्या, तुला हेडमास्तरांनी बोलावलंय.''

माझ्या पोटात एकदम खड्डा पडला. हेडमास्तरांनी बोलावलंय? मी काही खोडी केली नव्हती. (नाझरीणबाईंकडे लाडू का खाल्लास म्हणून विचारलं, तर?) भीतीनं घट्ट गोळा होऊन मी मास्तरांच्या खोलीकडे गेलो.

टेबलावर बसलेले मास्तर चाळशीवरून माझ्याकडे बघत म्हणाले, ''ये बाळ, बैस.''

मला धक्का बसला. नाझरीणबाईंप्रमाणेच मास्तरही फार प्रेमळ झाले होते.

"तुझ्याकडे एक लहानसं काम आहे."

"हो."

"आपल्या शाळेच्या शिपायाबरोबर जैनाच्या दुकानात जा आणि एक तिकीट घेऊन ये. तुझ्या हातूनच काढायचं हं."

मी मुकाट्यानं रुपाया घेतला आणि शाळा तिथंच टाकून निघालो. जाता-जाता नाझरीणबाईंना खूण केली. त्याही निघाल्या. वाटेतून जाताना सगळे जण माझ्याकडे पाहत होते. मी अलगूज वाजवीत नदीकडे जाणाऱ्या मुरलीवाल्यासारखा चालत होतो.

वाटेतच दादांच्या कचेरीतला पट्टेवाला भेटला. तो म्हणाला, मामलेदारीणबाईंनी बोलावलंय.

मी म्हणालो, "चला."

हो, काय करणार?

पहिल्यानंच मी मामलेदारांच्या घराची पायरी चढलो. बाई करंजीसारख्या फुगल्या होत्या. त्यांनी बैस न म्हणता विचारलं, "आमच्या बापू कारकुनाचा मुलगा का रे तू?"

मी मान हलवली.

"तुला लॉटरी लागली, म्हणे."

मी मान हलवली.

"आमच्या पट्टेवाल्याबरोबर जा आणि एक तिकीट काढून दे त्याच्यापाशी हं. जा."

मी पुन्हा मान हलवली. मामलेदाराबाईंनी मला लाडू दिला नाही, रुपायासुद्धा पट्टेवाल्याजवळ दिला.

मला लॉटरी लागली, ही गोष्ट सत्य होती. शंभर रुपये आले होते; पण तेवढ्यानं माझा हातगुण फार श्रेष्ठ आहे, हे सर्वांनाच कळून चुकलं होतं. त्यामुळं वडिलांसकट अनेक जणांनी माझ्या हातून तिकिटं काढून घेण्याचा सपाटा चालवला. रोज चार-दोन बोलावणी मला येऊ लागली. मी फार लोकप्रिय आणि महत्त्वाचा मुलगा झालो. दिवसातील बराच काळ मी जैनाच्या दुकानातील गादीवर बसून काढू लागलो. त्यामुळं लोकांची सोय झाली. माझ्या हातून तिकिटं त्यांना मिळू लागली. मिठाई खाऊन माझे गाल वर येऊ लागले.

एकदा आसपास कुणी नाहीसं पाहून बाळू जैन मला म्हणाला, "व्यंकटेशा,

गड्या, मलाही तुझ्या हातनं एक तिकीट काढून दे.''

पण पुढं माझ्या हाताला यश कधीच आलं नाही. लोकांचा भ्रम नाहीसा व्हायला बरीच वर्षं जावी लागली. गोवा लॉटरी बंद होईपर्यंत दादा माझ्या हातून तिकिटं काढून घेत होते; पण गुंडू आचार्याप्रमाणे त्यांची जन्माची कटकट कधीच चुकली नाही!

■

'केसरी', दिवाळी, १९५९.

वयानं चौदा-पंधरा वर्षांची आम्ही चांगली हुशार शाळकरी पोरं होतो.

मी रंगानं गोरा गोमटा, अंगानं भरलेला, चित्रं काढणं, गोष्टी सांगणं, झाडावर चढणं, पोहणं, दुसऱ्याला सुरेख वाचून दाखवणं अशा कामात नावाजलेला होतो.

चैत्रगौरी आल्या की, मला घरोघरींची बोलावणी येत. घराची मालकीण काकुळती येऊन म्हणे, "अरे, आमच्या गौरीपुढची आरास मांडून दे, रे. तू छान मांडतोस, म्हणे."

कुणाच्या घरी लग्न झालं की, मी मांडव, बोहलं एकवार नजरेखालून घालावं, असा आग्रह असे.

शिवाय कधी काळी चुकून मला गोवा लॉटरीचं शंभर रुपयांचं बक्षीस मिळालं होतं, त्यामुळं माझा हातगुण फार चांगला आहे, असा गवगवा सर्वत्र झाला होता. झटपट श्रीमंत होण्याची स्वप्नं पाहणारे अनेक जण मला आवर्जून घरी बोलावत. बेसनाचा लाडू, तिळाचा लाडू, ओल्या खोबऱ्याची

। आम्ही तिघे आणि देशपांडेबाई ।

वडी एवढं मला खाऊ घालून म्हणत, "अरे, मी एक रुपाया देते, तुझ्या हातनं लॉटरीचं एक तिकीट मला काढून दे."

तात्पर्य, मी गावात चांगला माहीतगार पोरगा होतो.

नाऱ्या आणि वकील हे माझे दोस्त. ह्यातला नारायण हा उंच, गोरा, भुऱ्या केसांचं टोपलं डोक्यावर असणारा, नकट्या नाकाचा असा इब्लिस पोरगा होता. शाळा-मास्तराच्या पोटी जन्माला येऊन त्याला शिक्षण आणि शिक्षणसंस्था ह्याविषयी मुळीच आस्था नव्हती. चोरून बिड्या ओढणं, चाबरट बोलणं आणि सतत कुणाची ना कुणाची टिंगल करून फ्याऽ फ्याऽ हसणं, गावभर उंडगणं हे त्याचे उद्योग होते. वकील हा स्वत: वकील नव्हता, तर वकिलाचा मुलगा होता. त्याचं नाव गंगाधार होतं. गंग्या. आम्ही त्याला 'ए वकील' अशी हाक मारायचो. हा जन्मत:च एका डोळ्यानं आंधळा होता. म्हणजे, त्याचा डावा डोळा मोतीबिंदू किंवा काचबिंदू झाल्यासारखा

पांढरा दिसायचा, त्यामुळं आम्ही त्याचा उल्लेख 'काना' असाही करीत असू. 'काना कैपती आणि आंधळा हिकमती' अशी एक म्हण आहे. कैपती म्हणजे कळ लावणारा, उचापत्या. वकील भलताच उचापती होता.

आम्ही तिघे एकमेकांचे फार जिवाभावाचे असे मित्र होतो. कुठंही दिसलो, तरी तिघं दिसत असू. काही गुण, काही दुर्गुण ह्यामुळं सगळ्या गावात आमची प्रसिद्धी होती.

सतत काही तरी चावटपणा केल्याशिवाय आमचा दिवस फुकट जात नसे. ह्या चाबरटपणाच्या तऱ्हा अनंत असायच्या. स्वभावात व्यंग किंवा विसंगती आहे, काही खोड आहे, अशी माणसं शोधायची आणि त्यांच्याशी, गोट्या खेळाव्यात, तसं खेळायचं.

गावचे पोस्टमास्तर हे आमचं थट्टेचं मोठंच लक्ष्य होतं. हे गृहस्थ शाळामास्तर अधिक पोस्टमास्तर होते. म्हणजे, दिवसभर पोरं वळायचं काम करून वैतागल्यावर पोस्टाचं काम असे. साहजिकच ते नको, नको वाटे. सरकारी पैसाअडका, गावोगावांहून आलेल्या मनिऑर्डरी, तिकिटं, पाकिटं हे सगळं संभाळणं त्यांना भयंकर जोखमीचं काम वाटे. त्यात खेड्यापाड्यांतली अडाणी गिऱ्हाइकं येऊन छळ करीत. तो वेगळाच.

कोणी धनगर येऊन विचारी, "योक कारीट द्या, मास्तर. काय पडतं?"

मास्तर वैतागून खेकसत, "तीन पैशे!"

"आन् एकदम तीन घेतली, तर केवढ्याला?"

मास्तर भलतेच भडकून म्हणत, "ही काय माझ्या शेतातली गाजरं आहेत काय रे, भाव करायला? गव्हरमेन्टनं ठरवलेला भाव आहे. शंभर घेतलीस, तरी एक पैसा सुद्धा कमी नाही!"

"आसं? आमी, गिराइकानं पांच मेंढरं एकदम घेतली, म्हंजे एक बारकं कोकरू तसंच वर देतो."

ह्या मास्तराचा स्वभाव सगळ्यांना माहीत होता. त्यामुळं त्याला खिजविण्यात सगळेच रस घेत.

गावात एक गांजेकस शिंपी होता. पन्नाशीच्या पुढं वय असलेल्या ह्या शिंप्यानं दाढी वाढवलेली होती. ही एक वल्लीच होती. दुसऱ्या महायुद्धात इंग्रज सरकारचा विजय झाला, तेव्हा त्यानं अभिनंदनाची तार केली. कुणाच्या नावे केली, कोण जाणे, पण त्याला मुंबई इलाख्याच्या कलेक्टरकडून पोच आली. पुढं, ह्याच्या मुलीचं लग्न ठरलं आणि रेशन चणचण ह्या प्रकारामुळं

लग्नात गोडधोड करायला साखर मिळाली नाही. तेव्हा, त्या अभिनंदनपर तारखेचा संदर्भ देऊन ह्यानं थेट कलेक्टरकडं अर्ज केला की,

'मी सरकारचं सतत शुभ चिंतीत आलो आणि माझ्या मुलीच्या लग्नात साधी साखर मिळू नये, हा काय न्याय झाला? इंग्रज सरकारचा जय झाला, त्याचा आम्हाला उपयोग काय?'

आश्चर्य म्हणजे, तत्काळ कलेक्टरकडून हुकूम सुटला आणि बाजी शिंप्याच्या मुलीच्या लग्नात एक पोतं साखर फुकट मिळाली!

असा हा शिंपी, एकवार, परत-पावती रजिस्टर करण्यासाठी पोस्टात आला. पाकिटाचं वजन करून झाल्यावर, तिकिटं लावून झाल्यावर, पावती पाकिटाला जोडण्यासाठी ह्या तिरसट मास्तरांना म्हणाला, "मास्तर, जरा धागा द्या की तुमच्या जवळचा."

मास्तर खेकसून म्हणाले, "घरनं घेऊन या धागा. गव्हरमेन्टनं धागा ठेवलेला नाही पोस्टात!"

त्यासरशी बाजीनं आपल्या लांब दाढीला हात घातला, दोन लांबडे केस उपटले आणि त्यानं पावती पाकिटाला टाचून म्हणाला, "घरनं कशाला आणायला पाहिजे? हा हितंच घ्या."

मास्तर भयचकित मुद्रेनं बाजीकडं बघत राहिले!

मी, नारायण आणि वकील अगदी नियमितपणे, संध्याकाळी सात-आठ वाजता पोस्टात जात असू. या वेळी सर्व्हिस मोटारीतून डाक येई आणि फोडली जाई.

खरं तर, आम्हा तिघांपैकी कुणालाही कधी पत्र येत नसे; पण कामात व्यग्र असलेल्या मास्तरांना आम्ही गंभीरपणे विचारीत असू, "आमचं काही टपाल आहे का, मास्तर?"

मास्तर कुत्र्यासारखे अंगावर यायचे. खेकसून म्हणायचे, "काही नाही."

हे शब्द ते इतक्या वैतागानं म्हणत की, आमची हसून-हसून पुरेवाट होई.

एवढं हसायला मिळावं आणि पोस्टात घडणारा एखादा परत-पावती रजिस्टरचा किस्सा ऐकायला, बघायला मिळावा, एवढ्याचसाठी आमची रोज पोस्टाला भेट असायची.

बाजी शिंपी गांज्याच्या तारेत असला, म्हणजे शिवायला आलेले कपडे मशीनखाली घालून दरा-दरा ओढायचा. शर्टाला कोटाची कॉलर लावायचा

आणि परकरला खिसे करायचा. त्याच्या दुकानाच्या फळीवर जाऊन, गप्पा मारायच्या आणि हसायचं हीही नित्याची करमणूक असे.

बाजीला आम्ही 'चेंबरलीन' असं टोपणनाव दिलं होतं.

बाजीच्या दुकानासमोरच, हरी न्हाव्याचं सलून होतं. तो जर्मनांचा अभिमानी होता. हिटलरचा जय हा होणारच, असा त्याचा दृढ विश्वास होता. म्हणून हरीचं टोपणनाव 'हिटलर'.

रोज सकाळची वर्तमानपत्रं वाचून झाली की, आपापले उद्योग करता-करता हे दोघे शाब्दिक चकमकी खेळत. हिटलर, गिऱ्हाइकाचं डोकं मालीश करीत ओरडून म्हणे, "धा इमानं पाडली. बोंबला आता!"

यावर चेंबरलीन कापडाला टीप घालता-घालता ओरडायचा, "अरे, थू:! आम्ही आभाळात हरलो, तर पाण्यात लढू; पाण्यात बी हरलो, तर जमिनीवर लढू."

त्यावर न्हावी म्हणायचा, "बांबगोळे फेकून पेटवू सगळा इंग्लंड देश!"

"घंटा मारी! आम्ही कानडा देशात जाऊन तिथून लढू; अखेर जय आमचाच आहे. चकमकीत हरू, पण लढाई जिंकू."

चेंबरलीन अरणि हिटलर ह्यांची ही शाब्दिक लढाई फार वीरश्रीनं चालायची. आम्ही बेफाम हसायचो. लढणाऱ्या कोंबड्यांना चेव यावा, म्हणून बघे जसा ओरडा करतात, तसा प्रकार.

एकोणचाळीस साली संस्थानला स्वराज्य मिळालं आणि गावचे दुसरे एक महादबा न्हावी एकदम निवडून सरपंच झाले. त्यांची सामाजिक पात्रता एकदम वाढली. पोशाखात बदल झाला. खादी टोपी, मलमली कुडता, तलम धोतर, पायात बूट असा त्यांचा पोशाख रुबाबदार झाला. मीटिंगमध्ये बसून ते चर्चा करू लागले. पण त्यांनी आपला मूळ धंदा सोडला नाही. खांद्याला धोकटी अडकवून देशमुख-देशपांड्यांच्या दाढ्या करायला ते जातच असत.

हाही आमचा टिंगलीचा एक विषय होता.

गंभीरपणे आम्ही महादबांना म्हणत असू, "म्हादबा, आता हे करत जाऊ नका. पोझिशन सांभाळली पाहिजे माणसानं."

यावर हात जोडून महादबा म्हणत, "छ्या, छ्या, मालक, हा आपला मूळ धंदा आहे. पंचपणा काय, चार-दोन वर्षांचा, पण ही दौलत जलमभर पुरणारी आहे."

गावात एक निसर्गोपचार करणारे गांधीवादी होते. ह्यांचं नाव नाना. ते

कुणाला कसलाही आजार झाला की, पहिल्यांदा एनिमा देत. त्यांचं नाव 'एनिमा नाना.' डोक्यावर अर्धवट पिकलेले भरपूर केस. मिशा, दाढी, अंगात खादीचे दंडके आणि खाली पंचा असा नानांचा वेष असे. ते चपला वापरत, त्या सुद्धा अहिंसक. म्हणजे आपोआप मेलेल्या गुराच्या कातड्याच्या. खाटीकखान्यात कत्तल झालेल्या गुराच्या नव्हे. उकडलेला भोपळा, भिजवलेले शेंगदाणे किंवा मटकी, दही, लिंबू असला आहार घेत. प्रकृतीनं ते चांगले खणखणीत आणि वृत्तीनं अगदी शांत होते. जुने गांधीवादी.

एकदा ऐन दुपारी, एक आजारी गाढव आम्हाला ओढ्याच्या वाळूत पडलेलं दिसलं. मरायला लागलं होतं.

गंग्या म्हणाला, "आयला, नानाला सांगू या का, गाढव बिचारं मरतंय म्हणून? निसर्गोपचारानं वाचवा!"

आम्ही म्हणालो, "चल, सांगू या."

नाना आपल्या आश्रमात – म्हणजे एका साध्या घरात टकळीवर सूत काढत बसले होते. आम्ही तिघंही गंभीरपणे गेलो आणि म्हणालो, "नाना, बाबू कुंभाराचं गाढव वाळूत पडलंय. मेलं, तर कुंभाराचा धंदा बसेल. त्याला स्वतःच्या पाठीवरून माती वाहावी लागेल, काही उपाय करता का?"

तात्काळ नाना एनिमा-पॉट घेऊन निघाले. आमच्या देखत त्यांनी गाढवाला एनिमा दिला आणि काय आश्चर्य, जागचं न हलणारं, मरणाच्या वाटेवरचं गाढव उठून उभं राहिलं. कान हलवून नानांकडे कृतज्ञतेनं बघू लागलं.

नाना गंभीरपणे म्हणाले, "ह्याला अदमुरं दही आणि लिंबं ह्यावर तीन दिवस जर ठेवलं, तर खडखडीत बरं होईल."

ही हकीकत आम्ही किती जणांना सांगावी, किती जणांना हसवावं आणि आपण हसावं?

वेळ प्रसंगी आम्ही बारीक चोऱ्याही करायचो. मी आणि गंग्या गरज म्हणून, आणि वकील मजा म्हणून. कारण तो घरचा गबर होता, आम्ही दोघे गरीब होतो. ह्या चोऱ्या फार कल्पक असत.

रात्री अभ्यासाच्या निमित्तानं आम्ही शाळेत झोपायला जात असू. इथं अभ्यास जवळ-जवळ नाहीच. टारगटपणाच्या गप्पाच व्हायच्या. फिदीफिदी हसायचं आणि जागायचं. कसं, कोण जाणे, पण गंग्याला विडी ओढण्याचा नाद लागला होता. त्यासाठी त्याला चिल्लर लागायची. ती कशी मिळवायची याची विवंचना मात्र आम्हा तिघांनाही असायची. भाविक लोकांनी देवापुढं

ठेवलेला तांबडा पैसा, लग्न प्रसंगी वाटण्यात येणारी दक्षणा, घरच्या बाजारातून खाल्लेले पैसे ह्या रकमेचा उपयोग तो विड्या ओढण्याकडं करी.

एकदा अचानक आम्हाला शोध लागला की, शाळेतल्या जुन्या इमारतीत, एक भिंतीतलं खोल अंबार आहे आणि त्यात जुने-जुने असे मासिकाचे अंक आहेत. ह्या अंधाऱ्या अंबारात उतरून आम्ही रोज सव्वाशेर वजन भरतील एवढेच अंक काढायचो. शाळेचा शिक्का असलेलं वरचं पान फाडायचो आणि आळीपाळीनं ती रद्दी म्हाताऱ्या जैनाच्या दुकानात रद्दी म्हणून विकायचो. त्याच्या बदली विड्या, कपडे धुण्यासाठी पाचशे एक साबणाची एक आणावाली वडी, अभ्यासासाठी शाळेनं दिलेल्या कंदिलात घालण्यासाठी रॉकेल अशा आमच्या अत्यंत निकडीच्या गरजा भागायच्या. विविधज्ञानविस्तार, विनय, शाला पत्रक, ज्योत्स्ना, बळवंतरावांचा 'केसरी' अशी किती मौलिक विचारधन असलेली मासिकं आणि वृत्तपत्रं आम्ही विकली आणि गंग्यानं त्यांचा अक्षरश: धूर काढला! एक सबंध वर्षं हे अंबार आम्हाला पुरलं.

ह्या वात्रट आणि कोवळ्या वयात, न कळत आम्ही तिघंही एकाच स्त्रीच्या प्रेमात पडलो आणि आमचा जीव वाराहुरा झाला. ही आमची हिरॉईन म्हणजे प्राथमिक शाळेतील शिक्षिका होती. जवळच्याच खेड्यातली आणि बालविधवा. दिसायला सडपातळ, काळीसावळीच, पण आकर्षक. सदा हसतमुख. अंगकाठी सडसडीत, उंच नऊवार पातळ चापून चोपून नेसलेली व कपाळावर हिरवं गोंदण. एकूणच वागणं टापटिपीचं. देखणं. बाई कासाराच्या वाड्यातल्या एका खोलीत एकट्याच राहायच्या. वयानं त्या आमच्यापेक्षा चार वर्षांनी मोठ्या होत्या. काचेचं भांडं जपावं, तशा त्या आपल्या शीलाला जपून असायच्या. त्यांची प्राथमिक शाळा नाऱ्याच्या घराशेजारी होती. त्यामुळं हातात पुस्तक आणि डोक्यावर छत्री धरून शाळेला त्यांना येता जाताना नाऱ्यानं पाहिलं आणि अगदी न कळत तो पहिल्यांदा त्यांच्यावर प्रेम करू लागला. जसा चोरून विड्या ओढायचा, तसाच तो हे प्रेमही बरेच दिवस चोरून करत होता. पण विडी ओढणाराच्या तोंडाचा वास जसा लपत नाही, तसंच चोरून केलेलं प्रेमही लपत नाही. त्याचाही वास येतोच.

हा वास पहिल्यांदा कान्याला – म्हणजे वकिलाला – म्हणजे गंग्याला आला.

शाळेच्या म्हणजे हायस्कूलच्या इमारतीत आम्ही शिक्षकाच्या परवानगीनं झोपायला जायचो. कधी नव्हे, तो नारायण अंधारात जागा असलेला आणि

वरचेवर उसासे सोडताना गंग्यानं बघितला आणि अंधारातच त्यानं अंथरुणावर पडल्या-पडल्या त्याला विचारलं, "साल्या, नाऱ्या, आईची शप्पत घेऊन सांग, स्वप्न पडून जागा झालास का नाही, आता?"

"नाही रे, झोपच येत नाही."

"का बरं?"

"च्यायला, चावतंय काही तरी."

"खोटं, तुला स्वप्नात देशपांडेबाई दिसल्या!"

नाऱ्या तसा भोळाच. एकदम म्हणाला, "तुला कसं कळलं?"

"मी बऱ्याच दिवसापासून वासावर आहे. खरं सांग आता."

"ए लेकांनू, तसं काही नाही हां. फार सज्जन बाई आहेत त्या."

मग ह्या सज्जन बाईंच्या घरी आम्ही तिघंही एकमेकांना चुकवून जाऊ येऊ लागलो. कधी पुस्तक वाचायला मागण्याच्या निमित्तानं, कधी निबंध विचारण्याच्या निमित्तानं. त्यांनाही बरं वाटायचं. चांगल्या घरची मुलं आहेत. त्या मग लहानसान कामं सांगायच्या. 'एवढं माझं पत्र पोस्टात टाक. बाजारात जाऊन चहासाखर घेऊन येतोस का?' वगैरे... वगैरे. मग कधी त्या बेसनाचा लाडू, कधी चकली खायला देत आणि कशी झालीय, ते सांग, म्हणत.

माझं अक्षर चांगलं होतं, त्यामुळं त्या स्वतःच्या गिचमीड अक्षरातली वही मला कॉपी करायला देत. वकिलाच्या घरी मोठी शेतीभाती, गुरंढोरं, दूधदुभतं होतं. तो नवी नव्हाळी म्हणून कधी ओल्या हरबऱ्याची जुडी, कधी मेथीची भाजी, तर कधी व्यालेल्या म्हशीचा खरवस बाईंकडं पोहोचता करायचा. बाई कधी, दुपारच्या मधल्या सुट्टीत नाऱ्याच्या घरी जाऊन पाणी प्यायला मागायच्या. नाऱ्याच्या म्हाताऱ्या आईशी गप्पा मारत बसायच्या.

अशा लहानसान गोष्टी घडत गेल्या आणि आम्ही तिघंही बाईंच्या प्रेमात पडलो. एखाद्या दिवशी चिंच लावून घासलेल्या तांब्याच्या भांड्यासारखा बाईंचा लखलखीत चेहरा दृष्टीला पडला नाही की, आम्हाला चुकल्या-चुकल्यासारखं वाटायचं. कासाराच्या वाड्यावरनं उगीचच चकरा सुरू व्हायच्या. उन्हाळ्याची सुट्टी लागली आणि बाई सुट्टीत गावी गेल्या की, भकास वाटायचं. हरवलेली हृदयं घेऊन आम्ही हिंडायचो. संध्याकाळी मन हुरहुरायचं. रात्री अचानक जाग यायची आणि किणकिणत हसणं, बांगड्यांचे आवाज, लाजरा हसरा चेहरा, पातळाची सळसळ आठवायची. बाईंना बघावं-बघावं वाटायचं.

लवकरच आमच्या दोघांच्याही – म्हणजे माझ्या आणि वकिलाच्या

लक्षात आलं की, तिघांत बाईंचा जास्ती आवडता नाऱ्या आहे. त्याचे भुरे, सदा कपाळावर येणारे केस, अपरं नाक, गोरापान रंग आणि खोडकर चेहरा, विनोदी बोलणं आणि बेरकीपणा हे सगळं त्यांना हवंहवंसं वाटतं. त्याला त्या 'अरे, नारायणा' अशी हाक मारतात. तेव्हा त्यात विशेष ऋजुता असते. आम्ही दोघं आणि त्या एवढेच असलो आणि अचानक नारायण आला की, त्यांच्या पाकळ्या अधिक उमलतात.

ह्या जाणिवेनं आम्ही एकेकटे असलो की, उदास राहू लागलो आणि एकत्र असलो की, नाऱ्याविषयी आम्हाला असूया वाटू लागली. दोघं एकत्र बसून आम्ही कधी-कधी त्यागाचाही विचार करू लागलो.

काना म्हणे, "जाऊ दे, रे, आपण त्याच्या वाटेवरनं दूर होऊ. कितीही झालं, तरी आपला दोस्त आहे."

मी म्हणे, "च्यायला, खरं तर आपल्याला आनंदच वाटला पाहिजे. दोस्ताचा हेवा कसला करायचा? तो काय शत्रू आहे का आपला? बाईंना तो जास्ती आवडतो ना, आवडू दे."

पण हा त्यागाचा मूड आम्हाला फार दिवस टिकवून धरता येत नसे.

कधी-कधी नाऱ्या बाईंच्या घरनं यायचा आणि म्हणायचा, "आज बाईंनी मला साबुदाण्याची खिचडी आणि दही खाऊ घातलं. बेष्ट खिचडी करतात हं!"

मग उपासाच्या दिवशी आम्ही कधी दोघं, तर कधी एकटे-एकटे बाईंच्या घरी जाऊन यायचो आणि एकमेकांना म्हणायचो, "मला काही खिचडी दिली नाही, गड्या"

"मलाही नाही."

मग एकदा, शाळेत रात्री झोपायला गेल्यावर, नाऱ्या थोडा उशिरा आला. आम्ही अभ्यासात दंग असल्याचं सोंग केलं. म्हणालो, "आयला, आलजिब्रा करायचा आहे आज आम्हाला आणि बाईंनी काम सांगितलयं. कसं जमायचं?"

नाऱ्या उत्सुकतेनं म्हणाला, "काय काम, रे?"

"तुझा अलजिब्रा झालाय का?"

"हो!"

"मग, तूच जा."

"कुठं?"

"अरे, आज कासाराच्या वाड्यातली माणसं बोंबेवाडी देवीला गेलीत. बाई एकट्या आहेत. म्हणाल्या, तुमच्यापैकी कोणी तरी सोबतीला याल का झोपायला आजच्या दिवस? जातोस का तू?"

नाऱ्या म्हणाला, "मी एकटा?"

"हो, आयला, प्लीज जा की."

"गेलं पायजे, रे. कधी नव्हे, ते त्यांनी बोलावलंय. म्हणाल्या, तुमच्यापैकी कुणी नाही, तर नारायणला तरी माझा निरोप सांगा. मला भीती वाटते एकटीला. जा की, लेका."

नाऱ्या उत्साहानं म्हणाला, "जातो."

रात्रीचे नऊ वाजून गेले होते. नाऱ्यानं आपली वळकटी गुंडाळली आणि ती काखोटीला मारून तो गेला.

म्युनिसिपालटीचे दिवेसुद्धा तेव्हा गावात नव्हते. अंधारी रात्र. नारायण गेला, तेव्हा वाड्यात अंधार होता. बाईंच्या खोलीचं दार बंद.

ह्यानं दार वाजवलं. एकदा... दोनदा... तीनदा.

"कोण आहे?" घाबरल्या स्वरात बाईंनी आतून विचारलं.

"मी."

"मी कोण?"

"नारायण!"

"नारायण! का, रे, एवढ्या रात्री आलास?"

हा म्हणाला, "झोपायला."

बाईंनी बारीक केलेला कंदील एकदम मोठा केला. दाराशी कंदील हातात घेऊन आल्या. किलकिलं दार करून बघितलं. तर काखोटीला सतरंजीची लहान वळकटी घेऊन नारायण उभा. त्या सर्द झाल्या! त्यांनी विलक्षण घाबरून दार बंद केलं. मग आतूनच म्हणाल्या, "जा, जा बघू इथनं आधी."

हा चाचरत म्हणाला, "पण तुम्हीच बोलावलं ना मला सोबतीला? त्या दोघांनी सांगितलं, तू जा. आम्हाला अभ्यास करायचा आहे उद्याचा."

बाई काही क्षण स्तब्ध.

मग रागानं थरथरत्या आवाजात त्या म्हणाल्या, "जा तू. मी कुणालाही बोलावलं नाही. त्यांनी चेष्टा केली तुझी."

– आणि आत अंधार झाला. कडी घातली गेली.

नारायण परत शाळेत आला.

आम्ही दोघं गाढ झोपल्याचं सोंग घेऊन हळूहळू घोरतही होतो.
वळकटी पसरून तो पडला.
दोन मिनिटांनी काना फक्कन हसला.
ताडकन अंथरुणावर उठून बसत नाऱ्या म्हणाला, ''आयला रे, तुमच्या!''
त्याला जोरात रडायला आलं.
''तुम्ही आज चेष्टा करून मला मातीत घातलं!''

आमची तिघांची मैत्री पुढं चालू राहिली; पण देशपांडेबाई आम्ही कायमच्या गमावल्या. आम्हा तिघाही जणांची तोंडंसुद्धा त्यांनी पुन्हा कधी बघितली नाहीत.

■

'आवाज', दिवाळी अंक १९७८.